शेतकऱ्याचा असूड

लेखक
म. जोतीराव फुले

संपादन व प्रस्तावना
डॉ. नागनाथ कोत्तापल्ले

मेहता पब्लिशिंग हाऊस

◆ या पुस्तकातील लेखकाची मते, घटना, वर्णने ही त्या लेखकाची असून त्याच्याशी प्रकाशक सहमत असतीलच असे नाही.

SHETAKARYACHA ASUD by MAHATMA JOTIRAO PHULE

शेतकऱ्याचा असूड : महात्मा जोतीराव फुले / वैचारिक लेखन

संपादन व प्रस्तावना

डॉ. नागनाथ कोत्तापल्ले

Email : author@mehtapublishinghouse.com

© सुरक्षित

मराठी पुस्तक प्रकाशनाचे हक्क मेहता पब्लिशिंग हाऊस, पुणे.

प्रकाशक : सुनील अनिल मेहता, मेहता पब्लिशिंग हाऊस,
१९४१, सदाशिव पेठ, माडीवाले कॉलनी, पुणे – ४११०३०.

मुखपृष्ठ : मेहता पब्लिशिंग हाऊस

प्रकाशनकाल : ऑगस्ट, २००१ / मे, २००४ / जानेवारी, २००७ /
नोव्हेंबर, २००८ / जून, २०१० / सप्टेंबर, २०११ /
जानेवारी, २०१३ / एप्रिल, २०१४ / जानेवारी, २०१६ /
जुलै, २०१७ / जुलै, २०१८ / जून, २०१९ /
पुनर्मुद्रण : फेब्रुवारी, २०२१

P Book ISBN 9788177662412
E Book ISBN 9788184989618
E Books available on : play.google.com/store/books
www.amazon.in
https://books.apple.com

For the Kind Consideration

of

His Excellency of Right Hon'ble Sir Frederick Temple Hamiton, Temple Blackwood, Earl of Dufferin, K.P. G.C.B. GCMG, F.R.S.D.C., Viceroy and Governor General of India.

भारतीय शेतकऱ्याचा आक्रोश : शेतकऱ्याचा असूड

मागच्या शतकातील बोलक्या सुधारकांच्या शाब्दिक गदारोळात उक्तीप्रमाणे कृती करणारे, पहाडाएवढे उंच दिसणारे एकमेव व्यक्तिमत्त्व म्हणजे महात्मा फुले हे होत.

एकोणिसाव्या शतकात सुधारणाविषयक विविध चळवळी झाल्या. प्रबोधनात्मक लेखन झाले. परंतु त्यातील बहुसंख्य सुधारणा आणि प्रबोधनात्मक लेखन हे प्रामुख्याने उच्चवर्णीयांच्या भोवती घोटाळत होते हे आता हळूहळू मान्य होऊ लागलेले आहे. येथेही महात्मा फुले यांचा एकमेव अपवाद होता हे नोंदवावे लागते.

शूद्र, अतिशूद्र आणि स्त्री हे त्यांच्या चिंतन-लेखनाचे आणि कार्याचे प्रमुख केंद्र होते. अर्थात शूद्रातिशूद्रांचा विचार करीत असताना त्यांच्यावर होणाऱ्या जातीय अन्यायाचाच विचार फुल्यांनी केला नाही तर जातींच्या रचनेमुळे त्यांची आर्थिक दुर्दशा कशी झाली होती याचाही साद्यंत विचार त्यांनी अतिशय पोटतिडिकेने मांडला आहे हे विशेष होय आणि त्याहीपेक्षा महत्त्वाचे म्हणजे एकूण विचारसरणीला प्रत्यक्ष कृतीची जोड त्यांनी दिली.

मागचे शतक म्हणजे महाराष्ट्राच्या जीवनाच्या एका नव्या घडणीचे शतक होते. शेतीव्यवस्थेपासून ते न्यायव्यवस्थेपर्यंत इंग्रजांनी एक नवी रचनाच येथे निर्माण करण्याचा प्रयत्न केला. ही नवी रचना आणि परंपरागत रचना यांच्यात जेव्हा संघर्ष निर्माण झाला तेव्हा परंपरागत प्रस्थापितच पुन्हा एकदा नव्याने प्रस्थापित झाले आणि परंपरेने ज्यांना वाऱ्यावर सोडले होते त्यांच्या हालांना सीमा उरली नाही. असे असले तरी या नव्या सरकारचा, सरकारच्या शिक्षणविषयक धोरणांचा, एक परिणाम मात्र असा झाला की उपेक्षितांना व्यक्तिमत्त्व असते, शूद्र, अतिशूद्र हीही माणसेच असतात आणि कष्टकऱ्यांच्या दैन्यावस्थेला एक विशिष्ट समाज जबाबदार आहे याची जाणीव उपेक्षितांना झाली आणि या उपेक्षितांचा आवाज प्रथमतः मुखर झाला तो महात्मा फुल्यांच्या रुपाने !

महात्मा फुल्यांनी आपली बांधिलकी सतत उपेक्षित वर्गाबरोबर जाहीर केली;

मग ग्रंथकारसंमेलनास पत्र पाठवावयाचे असो की 'सार्वजनिक सत्यधर्मा'ची स्थापना असो. या उपेक्षित वर्गात फुल्यांनी सर्वच दलित, पीडित आणि कष्टकरी जनतेचा समावेश केला आहे. मध्यम व कनिष्ठ प्रतीचे शेतकरी, विविध व्यवसायांवर पोट भरणारे ग्रामीण कारागीर आणि एकूणच कष्टकरी समाज हे सर्वच उपेक्षित. अनेक शतकांपासून स्त्री ही परंपरांच्या जोखडात सापडलेली. तेव्हा स्त्रीसहित सर्व कष्टकरी जनतेच्या व्यथा आणि त्यावरील उपाय महात्मा फुल्यांनी सांगितले आहेत.

महात्मा फुल्यांच्या एकूणच लेखनाला तीन स्तर असल्याचे आपल्या लक्षात येते. उपेक्षित वर्गाच्या दारिद्र्याचा, दु:खाचा वेध घेत असताना ते आपल्या समकालीन समस्यांची पाळेमुळे इतिहासात कशी दडली आहेत हे एकीकडे सिद्ध करीत जातात. या दृष्टीने इतिहासाचीच एक नवी संगती लावण्याचा ते प्रयत्न करीत जातात. तर दुसरीकडे वास्तवाच्या दाहकतेचा पीळ किती घट्ट आहे हे सांगत जातात. अर्थात या दोन गोष्टींबरोबरच येणारी आणखी एक महत्त्वाची गोष्ट म्हणजे त्या त्या समस्यांवरची उपाययोजना सुचविण्याचा प्रयत्न फुले करतात. त्यामुळे त्यांचे लेखन अत्यंत प्रवाही, चिंतनगर्भ, वक्तृत्वसंपन्न, द्रष्टे आणि झपाटून टाकणारे असे होते.

महात्मा फुल्यांच्या लेखनातील या त्रिस्तरीयतेचा विचार करू लागलो की त्यांच्या व्यक्तित्त्वाची झेप आणि व्यासंग किती दांडगा होता याची जाणीव होते.

'शेतक्याचा असूड' हा महात्मा फुले यांच्या ग्रंथामध्ये त्यांच्या व्यक्तित्त्वाची उपरोक्त वैशिष्ट्ये अतिशय प्रकर्षाने जाणवतात.

'शेतक्याचा असूड' हा महात्मा फुले यांचा अतिशय महत्त्वाचा ग्रंथ होय. आतापर्यंतच्या एकूण भारतीय परंपरेत शेतीचा एवढ्या गंभीरपणे कुणी विचारच केला नव्हता. फुल्यांच्या समकालीन सुधारकांनाही शेतीबद्दल, शेतक्यांबद्दल विचार करावा असे वाटले नाही. या देशातील एकूण परंपराच अशी की पुस्तकी, शाब्दिक ज्ञानाची ओझी वाहणारे श्रेष्ठ आणि सबंध अर्थव्यवस्थेचा कणा वाहणारा कष्टकरी समाज मात्र उपेक्षित ! अप्रतिष्ठित !! महात्मा फुल्यांनी शेतकरी-कष्टकरी हा प्रतिष्ठित असला पाहिजे आणि शेती ही उत्तम केली पाहिजे यादृष्टीने प्रथमत:च विचार मांडले. आपले आजूबाजूस अफाट पसरलेल्या जनसमुदायाकडे सहानुभूतीने पाहण्याची दृष्टी महात्मा फुल्यांनीच प्रथमत: दिली हे कोणालाही मान्यच करावे लागेल. ग्रामीण जनता, तिचे प्रश्न, त्यांची दु:खे यांना प्रथमत:च वाचा फुटली ती महात्मा फुल्यांच्या रुपानेच.

शेतक्यांसंबंधी, शेतीसंबंधी महात्मा फुल्यांच्यापूर्वी विष्णुबुवा ब्रह्मचारी यांचा छोटासा निबंध सोडल्यास काहीही लेखन नाही. त्या निबंधात एकूणच 'सामूहिक जीवन' सुखकर कसे होईल हे विष्णुबुवा सांगत आहेत. असे असले तरी त्यांचे विचार विशेषत: शेतीसंबंधीचे आदर्श वाटावेत असेच आहेत. महात्मा फुल्यांप्रमाणे

सूक्ष्म समाजनिरीक्षण करून आणि पोटतिडिकेने मात्र कुणी लिहिले नाही.

त्यांचे समकालीन सुधारक आणि समाजधुरीण यांनाही कधी शेतकऱ्यांचे प्रश्न महत्त्वाचे वाटले नाहीत. शेतकऱ्यांच्या आणि कष्टकऱ्यांच्या वेदनांनी ते कधी हादरून गेल्याचे दिसत नाहीत. अनेकविध कारणांनी येथील शेतकऱ्यांची, शेतीची स्थिती करुणाजनक होत असताना तत्कालीन सुधारक केवळ नागरी प्रश्नांमध्येच गुंतून पडले होते असे नाही, तर त्यांनी कधीकधी शेतकऱ्यांच्या प्रश्नासंबंधी दिशाभूल करण्याचाही प्रयत्न केला आहे. 'शेतकऱ्यांची स्थिती आता पूर्वीपेक्षा सुधारली आहे' किंवा 'शेतकरी आपल्या लग्नकार्यात वाजवीपेक्षा अधिक खर्च करतात, अशाप्रकारचे विचार तत्कालीन सुधारकांनी प्रकट केल्याचे खुद्द महात्मा फुले यांनीच सांगितले आहे. एवढेच नव्हे तर शेतकरी-कष्टकरी यांच्याकडे दुर्लक्ष होणे स्वाभाविक-नव्हे नैसर्गिक आहे असे सार्वजनिक सभेला[१] वाटते. त्यांच्या दृष्टीने ''सांस्कृतिक दृष्ट्या श्रेष्ठ असलेल्या अल्पसंख्यांकाचीच सत्ता समाजावर चालत असते. किंबहुना ती चालत राहणे स्वाभाविकच आहे. जगाचा इतिहासच तसा आहे.'' सार्वजनिक सभेच्या या विधानाबद्दल विश्लेषण करीत असताना सार्वजनिक सभेतील सुधारक शेतकऱ्यांच्या शोषणाकडे प्रत्यक्ष वा अप्रत्यक्षपणे कशी डोळेझाक करीत होते याचे अतिशय परखड विवेचन डॉ. ज. रा. शिंदे[२] यांनी केले आहे. हे झाले समकालीन सुधारकांबद्दल.

तत्कालीन राजकीय जीवनातील कर्तीधर्ती माणसेही शेतकऱ्यांच्या प्रश्नांबद्दल उदासीनच होती-नव्हे प्रचंड विरोधात होती. नव्या सारापद्धतीमुळे आणि दुष्काळासारख्या आपत्तीमुळे शेतकरी वर्ग कर्जबाजारी झालेला होता. परिणामतः शेतकऱ्यांच्या जमिनी सावकारांकडे जाऊ लागल्या. अतिशय सुलभतेने घडणारे जमिनीचे हस्तांतरण शेतकऱ्यांचे जीवनच उद्ध्वस्त करणारे असे होते. या प्रश्नावर बराच खल होऊन १८७९ मध्ये जमिनीचे हे हस्तांतरण थांबविण्यासाठी इंग्रज सरकारने 'डेक्कन ॲग्रिकल्चरल रिलिफ ॲक्ट' पास केला. हा कायदा अनेकांना उपकारक होता. परंतु तेल्या-तांबोळ्यांचे पुढारी लोकमान्य टिळक मात्र या कायद्याच्या विरोधी होते. राजकीय सोयीसाठी का होईना त्यांनी सावकारांचीच बाजू घेतली आहे. ते लिहितात,[३] ''रयतेच्या सर्व अरिष्टाला कारण सावकार अशी पुष्कळांची समजूत असल्यामुळे

---

१. Quarterly Journal of Poona Sarwajanik Sabha, II No., 1st July 1879, page No. 18-19.

२. डॉ. ज. रा. शिंदे : Protest movement in nineteenth Century. "A case study of Jotirao Fuly" page No. 169. (The Thesis submitted to Marathwada University, Aurangabad).

३. टिळक : केसरीतील लेख भाग १ ला, पृष्ठ ४०/४१.

त्यांची कोणाला कीव येत नाही, पण हे चूक आहे. वस्तुत: सावकारांवाचून रयतेचे चालावयाचे नाही. शेतीस लागणारे भांडवल तो पुरवतो; पण कर्जदार बुडाला की तो बुडालाच. इतकेच नाही तर हे भांडवलही पुष्कळदा त्याचे नसून त्याने दुसऱ्या मोठ्या पेढीवरून आणलेले असते. शेतकरी एखादे वेळेस सुटून जातो, पण तो मात्र मध्येच बुडतो. हल्ली सरकारच्या आचारणाने रय्यत व सरकार यांच्यामध्ये विनाकारण द्वैतभाव उत्पन्न झाला आहे. तसा तो राहण्याचे कारण नाही.''

कोकणामध्ये खोत आणि कुळे यांच्यासंबंधी जेव्हा चर्चा सुरू झाली आणि खोत व कूळ संबंध काही अंशी नियंत्रित करणारा कायदा करण्याचे जेव्हा इंग्रज सरकारने ठरविले तेव्हा खोतांची बाजू मांडणारे सहा लेख लो. टिळकांनी 'केसरी' मधून लिहिले (१८९७). आपल्या एका लेखात त्यांनी[४] कॉफीच्या मळ्यातील कामगार आणि शेतीवर राबणारी कुळे यांची तुलना केली आहे. म्हणजे पर्यायाने शेतकऱ्यांच्या शोषणाबद्दल टिळकांना काडीमात्र सहानुभूती वाटत नव्हती हेच सिद्ध होते.

येथवरच्या विवेचनावरून मला एवढेच सांगावयाचे आहे की महात्मा फुल्यांच्या आधी शेतकऱ्यांच्या प्रश्नासंबंधी जसे कुणी लिहिले नव्हते. तसेच त्यांच्या समकालीनांपैकीही कुणाचे लक्ष या प्रश्नांकडे गेले नव्हते; आणि क्वचित अवधान घ्यावे लागलेच तर अप्रत्यक्षपणे किंवा उघड शेतकऱ्यांच्या हिताविरूद्ध लिहिले गेले आहे. महात्मा फुले हे एकमेव असे समाजचिंतक आहेत की प्रथमत:च ज्यांनी शेतकऱ्यांचे प्रश्न समजावून घेतले. नुसते समजावून घेतले असे नाही तर या प्रश्नांबद्दल एक सहानुभूतिपूर्ण मानवतावादी दृष्टिकोन त्यांनी प्रकट केला. योग्य त्या दृष्टीने ते या प्रश्नांकडे पाहू शकले.

महात्मा फुले यांनी शेतकऱ्यांबद्दल अतिशय पोटतिडिकीने लिहिले आहे. आजूबाजूच्या समाजाकडे डोळसपणे पाहताना त्यांना दारिद्र्याने आणि अज्ञानाने थैमान घातले आहे असे दिसले. फुल्यांच्या या संदर्भातील लेखनाला धार प्राप्त झाली आहे. यालाही काही तत्कालीन कारणे आहेत. इंग्रजांनी येथे जसा नव्या ज्ञानाचा पाया घालण्याचा प्रयत्न केला त्याप्रमाणेच एकूण समाजरचना बदलण्याचाही त्यांनी प्रयत्न केला. शेतीपासून ते न्यायव्यवस्थेपर्यंत संपूर्ण नवी रचना, नवे प्रशासन त्यांनी दिले. इंग्रजांनी प्रथमत:च येथील जमिनीच्या आणि शेतसाऱ्याच्या संदर्भात[५] 'रयतवारी पद्धती' सुरू केली. या नव्या पद्धतीमुळे शेतसाऱ्याची जबाबदारी शेतकऱ्यांवर पडली. अर्थात हा शेतसाराही एकूण उत्पन्नाच्या तुलनेत अधिकच होता हे खुद्द

---

४. टिळक : कित्ता भाग २ रा, पृष्ठ ६१९, ६२२.

५. L. Natrajan : Peasant Uprising in India, p. 52.

एलफिन्स्टन यानेच कबूल केले आहे.[६] तशातच लागोपाठ दुष्काळ पडत गेले. आणखी एका महत्त्वाच्या गोष्टीचा निर्देश केला पाहिजे; ती गोष्ट अशी की पूर्वी शेतकरी कुटुंबातील काही सदस्य सैन्यांत असत. इंग्रजांचे राज्य आल्यामुळे अनेक संस्थानिकांकडील सैन्य कमी झाले व त्यांचा बोजा शेतीवरच पडला.[७] तसेच वरचेवर शेतीची उत्पादनक्षमता घटत चालली होती. या आणि अशा अनेकविध कारणांनी शेतीची आणि शेतकऱ्यांची एकूण स्थिती अतिशय करुणाजनक झाली. शेतकऱ्यांच्या हालांना पारावार राहिला नाही. त्याचा फायदा तत्कालीन सावकार- मारवाड्यांनी आणि त्यांना सामील असलेल्या भटब्राह्मणांनी घेतला. अज्ञानी आणि गरजू शेतकऱ्यांना भरमसाठ व्याजाने कर्जे देऊन त्यांची ते लुबाडणूक करू लागले. परिणामत: कसणारा शेतकरी भूमिहीन होऊ लागला. भरमसाठ व्याजामुळे जमिनीचे हस्तांतरण सुलभ झाले. या काळातील व्याजाच्या पद्धतीबद्दल थोर समाजचिंतक प्रा. गं. बा. सरदार[८] यांनी एक अतिशय चांगले उदाहरण नोंदविले आहे.

सुलभ दळवळणाची साधने, जागतिक मंदी, इंग्रजांच्या मालावरील जकात काढून टाकून येथील मालांवर लादणे, या आणि अशाच इतर बाबींमुळे भारतीय शेतकरी जसा अडचणीत आला त्याप्रमाणेच येथील कारागीरही (कोष्टी इ.) अतिशय अडचणीत आला. परिणामत: शेतकरी-कष्टकऱ्यांची ससेहोलपट सुरू झाली.

ही सगळी पार्श्वभूमी महात्मा फुले यांच्या लेखनाला असली तरी फुल्यांच्यापूर्वी म्हणजे पेशवेकाळात किंवा त्यांच्याही आधी शेतकरी सुखी होता असा मात्र त्यांचा गैरसमज नाही. शेतकऱ्यांच्या तत्कालीन दु:खाचा विचार करताना ते इतिहासात शिरतात आणि त्यांच्या लक्षात येते की अनेक शतकांपासून शेतकरी दैन्यावस्थेतच जगतो आहे. ऐतिहासिक काळातील त्यांच्या दैन्याचे आणि त्यांच्यावर होणाऱ्या अन्यायाचे चित्रण महात्मा फुले यांनी अनेक ठिकाणी केले आहे. उदाहरणादाखल त्यांच्या 'इशारा' या ग्रंथातील पुढील उतारा पहावयास हरकत नाही.

''इतिहासावरून पाहिले असता असे समजते की, कित्येकांनी एखाद्या मिथ्या व क्षुल्लक कारणाकरिता प्रजेपैकी शेकडो मनुष्यांस त्रस्त करून शेवटी त्यास मोठ्या दुष्ट रीतीने मारावे, कित्येकांनी आपल्या दुष्ट वासना तृप्त करण्याकरीता कुलीन, पतिव्रता आणि सुंदर अशा दुसऱ्यांच्या स्त्रियांचा जुलुमाने अभिलाष धरावा आणि लहानसहान अपराधांकरिता मनुष्याचे हालहाल करून त्यास देहांत शिक्षा द्यावी. या वेळेस मनुष्यास शिक्षा देण्याचा मार्गही मोठा विलक्षण व भयंकर होता...

---

६. रमेशदत्त : दि इकॉनॉमिक हिस्टरी ऑफ इंडिया इन व्हिक्टोरियन एज, पृ. ४३०.
७. महात्मा फुले : शेतकऱ्याचा असूड
८. प्र. गं. बा. सरदार : फुले व्यक्तित्व आणि विचार, पृष्ठ १९५.

....थोड्याच दिवसांमागे म्हणजे आर्यपेशवे याचे शेवटचे कुलदीपक पुरुष रावबाजीचे कारकिर्दींचा अस्त होईतोपर्यंत शेतकरी लोक शेतसारा देण्यास थोडेसे चुकले तर त्यास उन्हामध्ये ओणवे करून पाठीवर एक मोठा दगड द्यावा, अथवा त्या शेतकऱ्याच्या बायकोस त्याच्या पाठीवर बसवावे, आणि खालून त्यास मिरच्यांचा धूर द्यावा, तात्पर्य, या वेळेस प्रजेस दुःख देण्याच्या कामात जी काही सुधारणा झाली होती ती अन्य देशांतील प्रजेच्या दुःखाशी तुलना करून पाहिली असता, हटकून पहिले बक्षिस हिजला मिळावयाचे.''९

म्हणजे शतकांनुशतकांपासून शेतकऱ्यांचे हाल चालू होते. ते आता या नव्या व्यवस्थेमुळे आणि नव्या संदर्भांमुळे वाढले आहेत. अशा क्षणी महात्मा फुले शेतकरी, शेतमजूर आणि कष्टकरी यांचा आक्रोशच प्रकट करीत आहेत. हा शेतकऱ्यांचा आक्रोश 'शेतकऱ्याचा असूड' या ग्रंथामध्ये समग्राने प्रकटला आहे. शेतकऱ्यांची पूर्वस्थिती, त्यांची सध्:स्थिती, त्यांचे होणारे शोषण, त्यांचे अज्ञान, त्यांच्या हालअपेष्टा व त्यांवरील उपाय इ. अनेकविध बाबींच्या संदर्भांतील महात्मा फुले यांचे अनुभव, विचार आणि चिंतन 'शेतकऱ्याचा असूड' या ग्रंथात एकवटले आहेत. येथे ते शेती आणि शेतकरी यांचा समग्रपणाने आणि सुसंगतपणे विचार करीत आहेत.

खरे म्हणजे महात्मा फुल्यांचे एकूण लेखनच मुळी शेतकरी - कष्टकरी यांचा आक्रोश शब्दांकित करणारे आहे. 'शेतकऱ्याचा असूड' मध्ये ते अधिक धारदार, अधिक टोकदार, अधिक स्फोटक आणि विस्तारीत स्वरूपात आहे. या दृष्टीने 'शेतकऱ्याचा असूड' हा ग्रंथ एकूण महात्मा फुले यांच्या वाङ्मयसंभारात मोलाचा ठरावा.

'शेतकऱ्याचा असूड' हा ग्रंथ प्रामुख्याने मध्यम व कनिष्ठ प्रतीच्या शेतकऱ्यांची हालाखी व दुःखे प्रकट करणारा आहे. जे कोणी शूद्र आहेत त्या सर्वांविषयी येथे फुले लिहित आहेत असे मात्र नाही. त्यांनी स्वतःच सांगितले आहे ''सारांश एकदंर सर्व असूडाच्या प्रकरणात शूद्रांपैकी बडेबडे राजेरजवाडे व लहानसहान अज्ञानी संस्थानिकांच्या व अतिशूद्रांच्या लाजिरवाण्या स्थितीविषयी बिलकूल वर्णन केले नाही. याचे कारण पहिले आपल्या पोकळ वैभवामुळे व दुसरे आपल्या दुर्दैवामुळे शूद्र शेतकऱ्यांपासून ते दुरावले आहेत.''

म्हणजे फुल्यांनी आपल्या लेखनातून केवळ शूद्र-अतिशूद्र आणि उच्चवर्णीय यांच्यातील संघर्ष प्रकट केला आहे असे नाही, तर या जातिव्यवस्थेच्या आडून उच्चवर्णीय जे आर्थिक शोषण करीत तेही त्यांना महत्त्वाचे वाटले आहे. म्हणजे हा

---

९. महात्मा फुले : समग्र वाङ्मय, आवृत्ती ४, पृष्ठ ३८७-८८

लढा केवळ सामाजिक पातळीवरचा असू शकत नाही तर तो प्रामुख्याने आर्थिक पातळीवरचा असतो, हे फुल्यांना जाणवलेले सत्य फुल्यांनी अतिशय बारकाईने येथे मांडले आहे. शेतकऱ्यांचे कल्याण त्यांना विद्या दिल्यामुळे होईल असे महात्मा फुल्यांना वाटते. परंतु तत्कालीन भट, ब्राह्मणांची इच्छा मात्र अशी आहे की, शेतकऱ्यांनी अज्ञानीच राहावे. याचे कारण महात्मा फुल्यांनी जे नोंदविले आहे आणि ज्या रुपकाद्वारे नोंदविले आहे ते मुळातून बघितले, की शेतकऱ्यांचा प्रश्न आर्थिक असल्याची फुल्यांची जाणीव किती नेमकी आणि योग्य होती याची कल्पना आपणास येते. ते म्हणतात-

''परंतु सांप्रत लक्ष्मी आपल्या ज्ञान व वस्त्रहीन झालेल्या शेतकऱ्यांच्या घरांत पोटभर भाकर व अंगभर वस्त्र मिळेना, म्हणून कंटाळून उघड दिवसा आपल्या समुद्र पित्याचे घरी गेली व समुद्राचे पलिकडील तिच्या इंग्रज सख्या-बांधवांनी तिच्या मर्जीप्रमाणे आळस टाकून उद्योगधंद्याचा पाठलाग करून आपल्या घरांतील अबालवृद्ध, स्त्रीजातीस बरोबरीचा मान देऊन त्यांचा इतमाम नीट ठेवू लागल्यामुळे ती (लक्ष्मी) त्यांची बंदी बटिक झाल्यावरून, त्यांजबरोबर वरकांती गोडगोड बोलतात खरे, परंतु त्यास मनापासून विद्या देण्याकरिता चुकवाचुकव करितात. याचे मुख्य कारण हेच असावे, की शेतकरी विद्वान झाल्याबरोबर ते आपल्या खांद्यावर असूड टाकून लक्ष्मीस पुढे घालून आपल्या घरी आणून नांदावयास लावण्याकरिता कधी मागेपुढे पाहणार नाहीत, या भयास्तव ते शेतकऱ्यांस विद्वान करीत नाहीत.''

एकूण शेतकरी आणि उच्चवर्णीय यांच्या लढ्याचे स्वरूप आर्थिक होते याची जाणीव फुल्यांना झालेली होती; आणि म्हणूनच भटब्राह्मण शेतकऱ्यांचे कसे शोषण करतात याचे मोठे सविस्तर आणि प्रभावी चित्रण त्यांनी येथे केले आहे.

कुठलाही धर्म हा प्रस्थापितांच्या आणि समाजातील उच्चवर्णीयांच्या हितसंबंधाचे रक्षण करणाराच असतो हे आता येथे पुनश्च नोंदविण्याची आवश्यकता नाही. मागच्या शतकातील हिंदू धर्म हा केवळ ब्राह्मणांच्या सुखसोयी आणि स्वार्थ पाहण्यात रमलेला होता. पर्यायाने समाजात कनिष्ठ जातींच्या लोकांचा, आर्थिक दृष्टीने शोषित असा एक वर्ग होता आणि दुसरा धर्माने उच्चस्थान प्राप्त झालेला व त्यामुळेच शोषणाचे सर्वाधिकार मिळालेला भटब्राह्मणांचा एक वर्ग येथे होता. येथील समाजव्यवस्थेच्या रचनेतच हे अंतर्भूत होते आणि ही रचना पूर्वापार चालत आलेली होती.

नवी राजवट आली, नवी व्यवस्था आली तेव्हा इंग्रजांची सत्ता येथे स्थिर करण्यासाठीच जणू युगानुयुगापासून शोषक असलेला उच्चवर्णीयांचा वर्ग शासनात विविध अधिकारपदांवर शिरला. त्यामुळे त्यांच्या शोषणाला शासनाची मान्यताच मिळाली. म्हणजे गावातील भटब्राह्मण 'धर्ममिषाने' ग्रामीण जनतेची पिळवणूक

करीतच होते. शोषकांचे शेतकऱ्यांभोवती असणारे हे जबरदस्त कडे होते. आता दुसरे अधिक घट्ट, बंदिस्त असे शोषकांचे कडे निर्माण झाले आहे ते म्हणजे नोकरशाहीत शिरलेले भटशिक्षूक.

या दोन्ही वर्गांकडून शोषण चालू असतानाच एक तिसरा शोषकांचा वर्ग उदयाला आला आणि तो म्हणजे सावकारांचा, मारवाड्यांचा. या तिन्ही वर्गांची शेतकऱ्यांच्या शोषणाच्या मुद्यावर हातमिळवणी झालेली. ते एकमेकांचे पुष्कळदा रक्त संबंधीही होतेच. त्यामुळे शोषकांचा हा वर्ग अतिशय बलिष्ठ झालेला होता. अशा परिस्थितीत शेतकऱ्याला दाद मागणे अतिशय अवघड होऊन बसलेले होते. एकमेकांच्या हितसंबंधी आणि नातेसंबंधी असलेल्या वर्गाबद्दल 'शेतकऱ्याचा असूड'मधील शेतकरी काय म्हणतो पाहा. "..... ज्या सावकाराच्या आईचा भाऊ रेव्हेन्यू साहेबांचा दप्तरदार, चुलता कलेक्टर साहेबांचा चिटणीस, थोरल्या बहिणीचा नवरा मुनसफ आणि बायकोचा बाप हा तालुक्याचा फौजदार, याशिवाय एकंदर सर्व सरकारी कचेऱ्यात त्यांचे जातवाले ब्राह्मण कामगार..... माझा सर्व उन्हाळा केला असता."

एकूण शोषकांचे कडे आवळत चाललेले, सुधारकांना आणि समाजधुरिणांना या प्रश्नांत रस नाही, इंग्रज अधिकारी दुर्लक्ष करीत आहेत आणि वर्तमानपत्रे ही 'गुलाबी' आहेत. अशा अवस्थेत शेतकऱ्यांचा 'आक्रोश' महात्मा फुले यांना प्रकट करावयाचा आहे. यातून मार्ग काढावयाचा आहे आणि हा मार्ग त्यांना दिसतो तो शूद्रांच्या, शेतकऱ्यांच्या शिक्षणात. "विद्येविना मती गेली, मतिविना नीती गेली, नीतिविना गती गेली, गतिविना वित्त गेले, वित्ताविना शूद्र खचले, इतके अनर्थ एका अविद्येने केले" असे फुले सांगतात. परंतु शेतकऱ्यांच्यामध्ये एक तर शिक्षण घेण्याची इच्छा आणि कुवत नाही आणि भटब्राह्मणांचा तर शूद्रांच्या शिक्षणाला विरोध किंवा शिक्षण दिलेच तर पुराणांतरीच्या भाकडकथा क्रमिक पुस्तकात समाविष्ट करावयाच्या-जेणेकरून शेतकऱ्यांच्या शोषणाला मदतच होईल.

'शेतकऱ्याचा असूड' या ग्रंथामधून शेतकऱ्यांच्या शोषणाचे फार बारकाईने महात्मा फुल्यांनी विवेचन केले आहे.

सूक्ष्मनिरीक्षण, बुद्धिवादी दृष्टिकोन, विचारांची प्रखरता आणि रुढीपरंपरा शोधून त्या पलीकडील अर्थकारण शोधणारी चिंतशीलता ही फुल्यांच्या व्यक्तिमत्त्वाची ठळक वैशिष्ट्ये. या सर्वच वैशिष्ट्यांचा येथे प्रत्यय येतो.

शेतकऱ्यांच्या 'धर्ममिषाने' घडणाऱ्या शोषणाचे विवेचन त्यांनी या पुस्तकाच्या पहिल्या प्रकरणामध्ये केले आहे. शेतकऱ्यांच्या जन्मापासून ते मृत्यूपर्यंत ग्रामव्यवस्थेतील उच्चवर्णीय ब्राह्मण आपल्या उच्चवर्णीयत्वाचा फायदा घेऊन आर्थिक शोषण कसे करतात याचे साद्यंत चित्रण अतिशय प्रभावी भाषेतून महात्मा फुल्यांनी केले आहे. 'मतलबी धर्माचे लिगाड' शेतकऱ्यांच्या मागे लागून त्याला कळणार नाही अशा

पद्धतीने त्याचे शोषण होत होते. शेतकऱ्यांच्या मुलीस ऋतुप्राप्ती झाली की ऋतुशांती केली पाहिजे हे भट-ब्राह्मण शेतकऱ्याना पटवून देत, त्या मुलीला निसर्गक्रमानुसार गर्भ राहिला आणि मूल झाले की खोट्या कुंडल्या करून जपानुष्ठानाचे निमित्ताने जेवणे व पैसे उकळायचे म्हणजे शेतकऱ्यांच्या जन्मापासूनच नव्हे तर त्याही आधीपासून त्यांच्या शोषणाला प्रारंभ होत असे. मुलांच्या लग्नाच्या वेळी, लग्नसमारंभात, घर बांधताना आणि मृत्यूच्या वेळीही हे भट-ब्राह्मण तयारच असत. तसेच चैत्रातील वर्षप्रतिपदा, रामनवमी, हनुमानजयंती, नागपंचमी, श्रावणी पौर्णिमा, श्रावणातले सगळे सोमवार, हरितालिका, गणेशचतुर्थी, ऋषिपंचमी, अनंतचतुर्दशी, विजयादशमी, अमावास्येची लक्ष्मीपूजा, बलिप्रतिप्रदा, तुळशीचे लग्न, मकर संक्रांत, महाशिवरात्री, होळी, इ. अनेकविध सण शेतकऱ्यांचे द्रव्यहरण करण्यासाठीच होते. एवढे करूनही 'शेतकऱ्यांची मस्ती जिरली नाही तर' तीर्थयात्रा आणि जत्राखेत्रा होत्याच. याशिवाय, चंद्रग्रहण, सूर्यग्रहण होतेच. यामध्ये एखाद्या 'कवळेबुवा' किंवा 'ढवळेबुवा' भट-ब्राह्मणांनी तयार केलेला असायचाच, म्हणजे शेतकरी हा या भट-ब्राह्मणांच्या दृष्टीने कायम सोन्याची अंडी देणारी कोंबडी होती. ही सोन्याची अंडी न थांबविण्यासाठी अनेकविध स्मृती आणि ग्रंथ होतेच.

शेतकऱ्यांच्या शोषणाचे ग्रामविभागातील हे प्राथमिक चक्र होते. दुसरे चक्र आहे ते सरकारी खात्यामधून शिरलेल्या भट कामगारांचे महसूलखाते, जंगलखाते, न्यायखाते, शिक्षणखाते, पोलिस खाते अशी एकमेकांशी संबंधित असणारी अनेकविध खाती नव्यानेच सुरू झाली होती. धर्मदृष्टीने जो प्रतिष्ठित वर्ग होता तोच या खात्यामधून शिरला. शेतकऱ्यांमध्ये भांडणे सुरू झाली की या भट कामगारांचे फावत असे. दोन्ही पक्षाकडून पैसे उकळणे आणि सरकारी कामासाठी लाच खाणे हा त्यांचा नित्याचा बाणा होता. भट कामगारांच्या लाचखाऊपणाचे आणि छळाचे सविस्तर चित्रण फुल्यांनी या पुस्तकाच्या दुसऱ्या प्रकरणामध्ये केले आहे. या कामगारांचे हात वरपर्यंत पोचलेले असल्याने ते वाटेल तशा नोंदी करीत, साक्षीदार फोडीत, वरच्या अधिकाऱ्यांना चुकीची माहिती देत, आणि न्याय कोणत्या का पक्षाच्या बाजूने लागेना स्वत:ची तुंबडी मात्र यथेच्छ भरीत. एखाद्या दुसऱ्या भांडणामधून गावातच दोन तट पडले की मग भट कामगारांचे फारच साधे. अज्ञानी, दरिद्री आणि भोळा असलेला शेतकरी सर्व बाजूंनी नागवला जाई. म्हणजे स्वत:च्या आर्थिक फायद्यासाठी सबंध शासनयंत्रणा आणि न्यायव्यवस्था हे भट कामगार राबवून घेत. एवढी पिळवणूक करूनही शेतकऱ्यांना अपमानास्पद वागणूक देणे, त्यांना स्पर्श न करणे हे होतेच. 'काडीमहालां'त जाऊन वेसवा, रांडाच्या मुखास चुंबनतुंबड्या लावून त्यांच्या मुखरसाचे घुटके' घेणाऱ्या एकूण ब्राह्मणांच्या दांभिकतेचा परिस्फोट महात्मा फुल्यांनी अतिशय प्रभावी भाषेत वेळोवेळी केला आहे.

तेरा

इंग्रज अधिकारी या भट-ब्राह्मणांच्या नोकरशाहीवर (Bureaucracy) विसंबून असलेले. आधीच उच्चवर्णीय त्यात नोकराशाह, अप्रत्यक्षपणे इंग्रजांचे संरक्षण यामुळे ते कसे मातले होते याचे चित्रण फुल्यांनी केले आहे. शेतकऱ्यांच्या भोवती पडलेले हे दुसरे कडे. आणि तिसरे कडे होते नव्याने उदय झालेल्या सावकार-मारवाड्यांचे. या लेखाच्या पूर्वार्धात दिलेल्या अनेकविध कारणांमुळे शेतकरी हवालदिल व कर्जबाजारी झालेला होता. त्यामुळे अपरिहार्यपणे या अशा शेतकऱ्याला सावकारांकडे जाणे, आणि त्यांनी घातलेल्या अटी पूर्ण करणे याशिवाय दुसरा मार्गच नव्हता. या निमित्ताने शेतकऱ्यांचे शोषण करणारे हे तिसरे कडेही त्याला आवळत चालले. या संबंधीचे अधिक विवेचन त्यांनी 'इशारा' मध्ये केले आहे.

शेतकऱ्यांभोवती असणारी ही तिन्ही कडी मिळून सरकारची दिशाभूल करीत. तसेच इंग्रज अधिकाऱ्यांना मानपत्रे देऊन आपल्या बाजूला ठेवीत. या मानपत्रे देण्याच्या उपद्व्यापाने भट कामगारांचे आणि सावकारांचे भले होत असेल परंतु शेतकऱ्यांचे मात्र अपरिमित नुकसान होत होते. कारण इंग्रज अधिकारी खूष राहिले की या भट व सावकारांची अस्मानी सुलतानी चालते. ''म्हणून दुष्काळांमुळे आणि टोळधाडीमुळे होणारे नुकसान कधीतरी भरून निघेल. परंतु अशा पद्धतीने होत असलेले नुकसान मात्र कधीच भरून न येणारे असते.''याची स्पष्ट जाणीव महात्मा फुले यांनी 'शेतकऱ्याचा असूड' मध्ये प्रकट केली आहे.

'शेतकऱ्याचा असूड' या ग्रंथात अतिशय तीव्र भाषेत महात्मा फुल्यांनी उपरोक्त वर्गांनी केलेल्या शोषणाचे चित्रण केले आहे. शेतकऱ्यांच्या दुर्दशेचे, दयनीय अवस्थेचे, कर्जबाजारीपणाचे आणि या सर्वांचा परिणाम म्हणून झालेल्या त्यांच्या भ्रमिष्ट अवस्थेचे, उद्ध्वस्ततेचे मोठे परिणामकारक चित्र त्यांनी या ग्रंथाच्या चौथ्या प्रकरणात रेखाटले आहे.

अर्थात शेतकऱ्यांच्या या अवस्थेला हातभार लावणाऱ्या घटकांमध्ये पोलीसपाटील, त्याचा माल विकत घेणारे व्यापारी यांचाही समावेश त्यांनी केला आहे. याबरोबरच शतकांनुशतकांपासून अज्ञानात ठेवला गेलेला हा शेतकरी स्वतःच्या अहितास स्वतःही काही प्रमाणात जबाबदार असल्याचे त्यांनी फार स्पष्टपणे आणि निर्भयपणे सांगितले आहे. अनेक बायका करणे, बालविवाह करणे या बाबी फुल्यांना शेतकऱ्यांच्या दृष्टीने अहितकारक दिसतात. बालविवाहामुळे 'कोवळ्या वीर्याचा भंग' होऊन दिवसेंदिवस संतती बलहीन होते आहे याची महात्मा फुल्यांनी अतिशय कळवळून नोंद केली आहे. अनेक विवाहाच्या संदर्भात महात्मा फुले तर इतके चिडले आहेत की शेतकऱ्यांनी दोन-तीन लग्नावर न थांबता पाच लग्ने करावीत म्हणजे त्यांच्या मर्तिकाचा त्रास मुलाबाळांस होणार नाही असे मोठ्या उपहासाने ते म्हणतात ! शेतकऱ्यांची कारभारी मंडळीही बायकांच्या जीवावर जगून 'अल्लड तरुण स्त्रियांच्या'

उखाळ्या-पाखाळ्या काढत बसतात व त्यांची मायमाहेरे वर्ज्य करतात. पुन्हा भांडणे मिटविण्याच्या निमित्ताने शेतकऱ्यांकडून दारूसाठी पैसे उकळतातच !

म्हणजे शेतकरी स्वत:मुळेही नागवला जातो आहे याचे मोठे प्रत्ययकारी चित्र फुल्यांनी रेखाटले आहे. म्हणजे शेतकऱ्यांच्याभोवती असणारे उपरिनिर्दिष्ट चक्रव्यूह आणि त्याच्या स्वत:त असणारा एक चक्रव्यूह या अभेद्य चक्रव्यूहांत शेतकरी सापडला आहे. तशातच त्याची शेती उत्पादनक्षम राहिलेली नाही आणि इंग्रज मुसलमानांनी बैल, गायी मारून खाण्यामुळे त्यांच्याकडे शेतीसाठी आवश्यक असणारी जनावरेही उरली नाहीत. एकूण शेतकऱ्यांच्यावरती सर्व बाजूंनी आकाश कोसळले आहे.

इतके विस्तृत सर्वांगांनी विचार करणारे असे शेतकऱ्यांचे चित्रण महात्मा फुल्यांशिवाय कोणाही लेखकाने वा समाजसुधारकाने केले नाही आणि या दृष्टीने 'शेतकऱ्याचा असूड' हा ग्रंथ अतिशय महत्त्वाचा ठरतो.

या ग्रंथातील आणखी एक दोन वैशिष्ट्यांचा निर्देश करून महात्मा फुल्यांनी शेतकऱ्यांच्या अभ्युदयासाठी सुचविलेल्या उपाययोजनांकडे वळावयाचे आहे. या ग्रंथाच्या तिसऱ्या प्रकरणात शेतकरी क्रमाने कसे धर्ममिषाने अधोगतीला गेले याचा विचार फुल्यांनी ऐतिहासिक पद्धतीने केला आहे. महात्मा फुल्यांचे हे ऐतिहासिक विवेचन डॉ. ज. रा. शिंदे[१०] म्हणतात तसे ''दोषमुक्त व शास्त्रीय'' नसेलही, परंतु मला जी बाब महत्त्वाची वाटते ती अशी की महात्मा फुल्यांनी इतिहास लेखनासंबंधी एक नवीन दृष्टी दिली. इतिहास म्हणजे काही राजेरजवाडे यांचाच इतिहास नसतो तर तो सामान्य माणसाचाही असला पाहिजे ही ती नवी दृष्टी. तसेच केवळ कागदपत्रावरून सिद्ध झालेला इतिहास तेवढाच खरा असतो असे नाही तर लोकरूढी आणि लोकपरंपरा यांच्या काठाकाठाने गतकाळापर्यंत गेल्यास एक नवाच आणि महत्त्वपूर्ण इतिहास हाती लागण्याची शक्यता असते. या दोन बाबी फुल्यांच्या लेखनातील अत्यंत महत्त्वपूर्ण अशा आहेत. 'शेतकऱ्याचा असूड'मध्ये जसा पूर्वेतिहास एका नव्या पद्धतीने शोधला आहे तशीच सबंध 'गुलामगिरी' या ग्रंथाची रचनाही आहे. अर्थात या नव्या पद्धतीने जाऊन एक वेगळाच इतिहास जो फुल्यांनी सांगितला तो पुढे वि. रा. शिंदे आणि इरावतीबाई कर्वे यांनी मान्य केला आहे. येथील आज दिसणारा संघर्ष म्हणजे येथे शतकांनुशतके चालणाऱ्या आर्य-अनार्य संघर्षाचेच एक रूप होय हे फुल्यांनी केवळ आपल्या बौद्धिक सामर्थ्यावर सिद्ध केले आहे. फुल्यांनी दाखविलेल्या नव्या वाटेनेच पुढील काळातील सामाजिक इतिहासकार गेले. हे फुल्यांचे केवढे मोठे श्रेय आणि त्याहीपेक्षा महत्त्वाची गोष्ट म्हणजे फुल्यांनी

---

१०. डॉ. ज. रा. शिंदे, समाजप्रबोधन पत्रिका, जानेवारी - फेब्रुवारी १९८१ पृष्ठ ८.

सामाजिक इतिहासाचे जे नवे पान उघडले त्यामुळे बहुजनसमाजाला त्यांची अस्मिता सापडली !

'शेतक्याचा असूड'मधून जाणवणारे आणखी एक वैशिष्ट्य येथे नोंदविले पाहिजे ते म्हणजे त्यांची प्रखर बुद्धिनिष्ठा. येथील गाय, बैलांना इंग्रज मुसलमान मारून खात असल्याचे दु:ख त्यांनी प्रकट केले आहे. परंतु येथे कोठेही धार्मिक दृष्टी नाही. कृषि जीवनातील अत्यंत उपयुक्त प्राणी म्हणूनच ते गाय व बैल या प्राण्यांकडे पाहतात. तसेच मनुष्यजन्म हा सृष्टिक्रमानुसार घडतो आणि जन्मत:च कोणी श्रेष्ठ कनिष्ठ असत नाहीत हे त्यांनी या ग्रंथात अतिशय नि:संदिग्धपणे सांगितले आहे.

अर्थात प्रखर बुद्धिनिष्ठा हे त्यांच्या एकूण व्यक्तिमत्त्वाचेच प्रमुख वैशिष्ट्य आहे याची प्रचीती 'शेतक्याचा असूड' या ग्रंथाच्या वाचनाच्या वेळी येते.

महात्मा फुल्यांनी शेतक्यांच्या केवळ दु:स्थितीचेच चित्रण केले असे नाही तर या ग्रंथाच्या पाचव्या प्रकरणामध्ये त्यानी शेतक्याच्या अभ्युदयासाठी उपायही सुचविले आहेत. अर्थात महात्मा फुल्यांनी सुचविलेले हे उपाय पाहताना त्यांच्या चौफेर दृष्टीचा, सूक्ष्म निरीक्षणाचा आणि समस्यांच्या संदर्भात सर्वांगीण विचार करण्याच्या त्यांच्या दृष्टीचाही प्रत्यय येतो. इंग्रज सरकारने जे उपाय योजावेत असे त्यांना वाटते ते सांगत असताना त्यांनी सर्वप्रथम जर काही सांगितले असेल तर या कामामध्ये भटब्राह्मणांना लुडबुड करू देऊ नये. तत्कालीन भटभिक्षुकांच्या कटू अनुभवाचाच हा परिपाक म्हटला पाहिजे. शेतकरी आणि पुरोहितवर्ग यांचे ऐक्य कधीच होऊ शकणार नाही असे त्यांनी म्हटले आहे. हा पुरोहितवर्ग शेतक्यांचा तात्पुरता उपयोग करून घेईल अशीही त्यांना खात्री आहे. अर्थात हा पुरोहितवर्ग जोपर्यंत शोषकवर्ग म्हणून वावरेल तोपर्यंत फुल्यांच्या म्हणण्याची सत्यता पटत राहील यात शंका नाही.

शेतक्यांच्या सुधारणेविषयी फुल्यांनी जे उपाय सुचविले आहेत ते पहात असताना महात्मा फुले यांचा नैतिकतेवर किती भर होता हे लक्षात येते. भटब्राह्मणांच्या काडीमहालांचा ते जेव्हा उपहासाने उल्लेख करतात तेव्हा त्यांची नैतिक दृष्टीच प्रबळ आहे असे म्हणावे लागते. किंबहुना बुद्धिनिष्ठेबरोबरच नैतिकता हे त्यांच्या व्यक्तिमत्त्वाचे एक अपरिहार्य अंग होय याचा प्रत्यय त्यांच्या लेखनातून सतत येतो.

या नैतिक दृष्टीमुळेच त्यांनी शेतक्यावरही टीकेची झोड उठविली आहे. त्यांच्या नैतिक आचरणावर लक्ष ठेवण्यासाठी डॉक्टरांच्या नेमणुका सरकारने कराव्यात, त्यांच्या अनेक विवाहावर बंधने घालावीत हे त्यांनी प्रथमत:च सुचविले आहे. शेतक्यांच्या आजूबाजूला असणार्‍या वाघ्यामुरळीच्या गाण्यांवरही बंदी घालावी असे फुल्यांना वाटते. या सर्व बाबींवरून वैयक्तिक जीवनातील नीतिमत्ता महात्मा फुल्यांना किती महत्त्वाची वाटते हेच येथे आपल्या लक्षात येते.

अनेक लग्ने करण्यावर बंदी आली पाहिजे हे जसे त्यांनी नि:संदिग्धपणे सांगितले तेवढ्याच स्वच्छपणे त्यांनी बालविवाहाला विरोध केला आहे. लग्नाची वयोमर्यादा काय असावी यावर महाराष्ट्रात वितंडवाद चालू असताना त्यांनी वैज्ञानिक दृष्टीच्या आधारे स्वच्छ भूमिका घेतली ही बाब फुल्यांच्या कुवतीचीच निदर्शक आहे.

बहुजनसमाजाच्या शिक्षणासाठी वेगळ्या योजना आखाव्यात, बहुजनसमाजातून शिक्षक निर्माण करून त्यांना शिक्षण द्यावे, सरकारातील जागांवर बहुजनसमाजातून माणसे घ्यावीत, ब्राह्मणांना त्यांच्या संख्येच्या प्रमाणात नोकऱ्या द्याव्यात, पाटीलकीसाठी परीक्षा ठेवाव्यात, व्यापाऱ्यांच्या कुजक्या मालावर नजर ठेवावी इ. अनेकविध सूचना फुल्यांनी शेतकऱ्यांच्या अभ्युदयासाठी केल्या आहेत.

अर्थात शेतकऱ्यांच्या जीवनाचा विकास शेती सुधारल्याशिवाय होणे नाही हे फुल्यांनी ओळखले आहे. म्हणूनच शेतकऱ्यांच्या वैयक्तिक जीवनातील सुधारणांबरोबरच त्यांच्या शेतीचा विकास झाला पाहिजे असा आग्रह महात्मा फुल्यांनी धरला आहे. म्हणजे फुल्यांनी लौकीक जीवनाचा विकास झाला पाहिजे हेच येथे सांगितले आहे.

शेती सुधारण्यासाठी त्यांनी शेतीसंबंधीचे अत्याधुनिक ज्ञान शेतकऱ्यांना मिळाले पाहिजे, तत्संबंधीचे ग्रंथ त्यांना उपलब्ध झाले पाहिजेत, उत्तम बैल त्यांना मिळाले पाहिजेत, जनावरांसाठी जंगले मोकळी राहिली पाहिजेत, वाहणाऱ्या पाण्याला पोलीस व सैन्यामार्फत बंधारे घातले पाहिजेत, ठिकठिकाणी असणाऱ्या पाण्याचा शोध घेतला पाहिजे, पिकाचे संरक्षण होण्यासाठी पिकांवर पहारे बसविले पाहिजेत इ. अनेकविध उपाय शेती सुधारण्यासाठी महात्मा फुले यांनी सुचविले आहेत. हे उपाय वाचत असताना फुल्यांच्या दूरदृष्टीचाही आपणास प्रत्यय येतो.

अर्थात महात्मा फुल्यांनी हे नेमके ओळखले आहे की, आज जो शेतकरी - कष्टकरी आणि पुरोहित - सावकारवर्ग यांच्यात संघर्ष निर्माण झाला आहे तो काही केवळ तात्कालिक नाही. अनादिकालापासून चालत आलेला हा संघर्ष आहे. शेतकऱ्यांच्या अभ्युदयासाठी जर सरकारने काही करावयाचे ठरविले असते तर इतर वर्गाने निश्चितच विरोध केला असता. यासाठी तर पुरोहितवर्गाला या कामी घेऊ नये असे फुल्यांना वाटत नसेल ? अर्थात शेतकऱ्यांच्या अभ्युदयासाठी अर्थ उपलब्ध असणे ही बाब फार महत्त्वाची. फुल्यांनी याही संदर्भात सांगितले आहे की पगारदारवर्गाचे पगार आणि पेन्शन कमी केले पाहिजेत. जे मुळीच श्रम करीत नाहीत ते अधिकाधिक पगार घेतात आणि जे श्रम करतात ते मात्र नागविले जातात. या दोन वर्गामध्ये फुल्यांनी काही ठिकाणी तुलनाही केली आहे.

योग्य श्रममूल्य मिळाले पाहिजे हे सांगणारे मागच्या शतकातील महात्मा फुले हे एकमेव सुधारक आणि समाजचिंतक होते. हे लक्षात घेतले म्हणजे फुल्यांची उंची अधिकच वाढल्याचे दिसते.

सतरा

येथपर्यंत 'शेतकऱ्याचा असूड' या ग्रंथातून प्रकट झालेल्या आशयासंबंधी, फुल्यांच्या एकूण दृष्टीसंबंधी, त्यांच्या मानवतावादासंबंधी विचार केला. शेतकऱ्यांच्यासंबंधी एवढ्या विस्ताराने 'शेतकऱ्याचा असूड' या एकमेव ग्रंथामध्ये कसा विचार केला गेला आहे हेही पाहिले.

'शेतकऱ्याचा असूड' हा महात्मा फुले यांचा ग्रंथ चिंतनाच्या दृष्टीने, विचार परिप्लुततेच्या दृष्टीने जसा महत्त्वाचा आहे त्याप्रमाणेच वाङ्मयीन गुणवत्तेच्या दृष्टीनेही अतिशय मोलाचा आहे. ग. त्र्यं. माडखोलकर म्हणतात 'त्यांच्या लेखणीतील साहित्यगुणांची चमक. शिवाजी महाराजांचा पोवाडा आणि 'शेतकऱ्याचा असूड' या दोन पुस्तकांत दृष्टीस पडते.११

परंतु दुर्दैवाने फुल्यांच्या साहित्यिक गुणवत्तेची फारशी दखल कुणी घेतली नाही. मराठी निबंधलेखनातील त्यांचे स्थान कुणाला नीट पाहता आले नाही आणि त्यांचे लेखनगुणही कुणी फारसे पाहिले नाहीत. महाराष्ट्र साहित्य परिषदेने इतिहासाचे खंड प्रसिद्ध केले. परंतु त्यातही फुल्यांच्या निबंधलेखनाचा उल्लेख नाही.१२ एवढे एक उदाहरण फुल्यांच्या लेखनाकडे झालेले अक्षम्य दुर्लक्ष्य लक्षात येण्यासाठी पुरेसे आहे.

महात्मा जोतीबा फुले यांची लेखनशैली तत्कालीन शैलीपेक्षा वेगळी आहे. बहुजनसमाजाला आपले विचार कळण्यासाठी त्यांनी सतत बोलीभाषेचा वापर केला आहे. त्यामुळे ती कधी संस्कृतप्रचुर झाली नाही की अलंकार बोजड होऊन कृत्रिम झाली नाही. अत्यंत प्रवाही, अर्थपूर्ण आणि क्वचित आवेशी अशी महात्मा फुल्यांची भाषा आहे. आपल्या लेखनाबद्दल फुल्यांनी फारसे सांगितले नाही. परंतु 'इशारा' या पुस्तकाच्या प्रारंभी त्यांनी एक दोहा दिला आहे. "जिस तन लागे वहि तन जाने। बीज्या क्या जाने गव्हारा रे।' एक हा दोहा म्हणजे त्यांच्या शैलीचे सूत्र सांगणारी गुरूकिल्लीच आहे. पोळलेले अंत:करणच वेदना व्यक्त करू शकते. पोटटिडिकेने बोलू शकते हे फुल्यांना येथे सांगावयाचे आहे. अंत:करणात चाललेली प्रचंड खळबळ अतिशय वक्तृत्वपूर्णरीत्या महात्मा फुले प्रकट करतात. धो धो वाहणाऱ्या प्रचंड प्रपाताप्रमाणे त्यांच्या पल्लेदार शैलीचा ओघ असतो. या शैलीच्या प्रवाहात एकदा वाचक सापडला की तो पुरता झपाटून जातो. अर्थात ही शैली बोलीभाषेतून सिद्ध होत जाणारी आहे. याचा अर्थ मात्र असा नव्हे की फुल्यांची चिंतनशीलता ती पेलू शकत नाही. महात्मा फुल्यांची शैली त्यांच्या चिंतनाचे सर्व आविष्कार सहजपणे पेलून धरते, जे सांगायचे आहे ते स्पष्टपणे आणि कोणाचाही मुलाहिजा

---

११. ग. त्र्यं माडखोलकर: महाराष्ट्राचे विचारधन आधुनिक महाराष्ट्राचा वारसा, पृष्ठ ३५
१२. ही उणीव नव्याने प्रकाशित झालेल्या आवृत्तीतून दूर करण्यात आली आहे.

न ठेवता ही महात्मा फुल्यांची पद्धती आहे, त्यांनीच आपल्या भाषेबद्दल एके ठिकाणी आपली भाषा कोणाचा मुलाहिजा ठेवणारी नसली तरी कशी अपरिहार्य आहे हे सांगितले आहे, त्यांनी लिहिले आहे-[१३]

"Anyone, who will consider well the whole history of Brahmin domination in India, and the thraldom under which it has retained the people even up to the Present day, will agree with us in thinking that no language could be too harsh by which to characterise the selfish heartlessness and the consummate cunning of the Brahmin tyranny by which India has so long Governed"

येथे त्यांनी आपल्या भाषेच्या अपरिहार्यतेसंबंधी विवेचन केले आहे. एकीकडे ब्राह्मणाचा दंभस्फोट करावयाचा व दुसरीकडे दीनदुबळ्यांची अंध:कारातून मुक्तता करावयाची; हे महात्मा फुल्यांसमोर ध्येय असल्यामुळे त्यांची भाषा स्पष्ट, तिखट आणि झोंबणारी झाली असणे हे अत्यंत स्वाभाविक आहे. एका प्रकारे फुल्यांच्या व्यक्तिमत्त्वाचा हा सहज अविष्कार आहे. या दृष्टीने त्यांच्या लेखनशैलीचा अभ्यास होणे आवश्यक आहे.

गोरगरिबांविषयी, शोषितांविषयी त्यांच्या मनात असणारा कळवळा लेखनात अनेकविध रूपे घेतो. कधी तो धारदार उपहासात्मक पद्धतीने व्यक्त होईल तर कधी तो अुपरोधिक पद्धतीने व्यक्त होईल. त्यांच्या उपहासात्मक शैलीची काही उदाहरणे पाहा-

शेतकऱ्याला मूल झाले की, ''भटब्राह्मणाची धनरेषा उपटते'' असे ते म्हणतात तर ब्राह्मणी आशीर्वादाबद्दल ''उसातील इमानी कोल्हे भुकीदाखल आशीर्वाद'' असा उपहासात्मक उल्लेख करतात. ब्राह्मणाच्या बाहेरख्याली-पणाबद्दल महात्मा फुल्यांनी वेळोवेळी लिहिले आहे. यासंबंधी ते तत्कालीन भटवर्गाचा अतिशय झोंबणाऱ्या भाषेत उपहास करतात. उदा:- ''..... दक्षिणा उपटून आपापले घरी जाता जाता त्यांचपैकी कित्येक गुलहौशी भटब्राह्मण रात्री मांडवात नाच असल्याविषयी तपास करून डोचक्यावर पिटुकल्या पागुट्या व मांडीवर चिटुकल्या शालजोड्या ठेवून आमंत्रण करून आणलेल्या गृहस्थाचे मांडीशी मांडी भिडवून, लोडाशी टेकून रात्रभर नाकाच्या जोडनव्यात तपकिरीचे वायबार ठासता ठासता आसपास तपकिरीचा धुराळा उडवून खुशाल नायकिणीची गाणी ऐकत बसतात.'' तसेच शेतकऱ्यास नीच समजणाऱ्या ब्राह्मणांबद्दल म्हणतात, 'परंतु बाजारबसव्या काडीमहालांतील शेतकऱ्यांच्या हंगामी वेसवा रांडाच्या मुखास चुंबनतुंबड्या लाऊन त्यांच्या मुखरसाचे धुडके

---

१३. म. फुले : समग्र वाङ्मय, ४थी आवृत्ती, पृ. १२२-२३.

घेण्याचा काडीमात्र विधिनिषेध..... बाळगीत नाही. बाहेरख्यालीपणाबरोबरच भटब्राह्मणाच्या दांभिकतेचा उपहासात्मक वेध महात्मा फुल्यांनी अनेकदा घेतला आहे. उदा. एखाद्या वेळी शेतकरी जर भटब्राह्मण कामगाराच्या घरी गेला तर ''.....कोणी कामगार नुकताच स्नान करून अंगावर भस्म फासून पुढे पाटावर शाळीग्राम मांडून अगरबत्तीच्या सुवासात लंपट होऊन वाचीत बसला आहे व कोणी नावाला गोमुखीत हात घालून गच्च डोळे झाकून जपाच्या निमित्ताने बावनखणीकडेस ध्यान लावीत आहे.'' अशा अवस्थेत भटकामगार सापडतील असे फुले म्हणतात. तसेच सप्ताहात शेतकऱ्याला नाचवणाऱ्या ब्राह्मणाचे आणि नाचणाऱ्या शेतकऱ्याचे चित्र ते कसे रेखाटतात पहा — ''रात्रंदिवस पोपटासारखी गाणी गाऊन नाचता नाचता टणाटणा उड्या मारायला लावून आपण त्यांच्यासमोर मोठ्या डौलाने लोडाशी टेकून त्यांच्या गमती थोडा वेळ पाहतात.....

फुल्यांनी ब्राह्मणांचा जसा उपहास केला आहे त्याप्रमाणेच शेतकऱ्यांचाही उपहास ते अनेकदा करतात. उदा. ''तथापि त्यांनी एका मागे एक, दोन, तीन चार पाटाच्या बायका कराव्यात या जुलुमी न्यायाला म्हणावे तरी काय ? माझ्या मते त्यांनी पाचवी पाटाची बायको करावी म्हणजे त्याचे मढ्यापुढे गाडगी धरण्याच्या पेचातून त्याची मुले मुक्त होतील.'' असा अनेक विवाह करणाऱ्या शेतकऱ्याचा उपहास महात्मा फुले करतात.

इंग्रज सरकारचा आणि इंग्रज अधिकाऱ्यांचाही त्यांनी अनेकदा उपहास केला आहे. सातासमुद्रापलीकडील महाझानी, धर्मराज्य इ. अनेक उपहासात्मक उपमा ते इंग्रजांना देतात. आपल्या मनातील अस्वास्थ्य अत्यंत सहज स्वाभाविक उपहासाद्वारे ते व्यक्त करून जातात. उदा. -तत्कालीन वर्तमानपत्रांना त्यांनी 'गुलाबी वर्तमानपत्रे' म्हटले आहे. असा उपहास, उपरोध फुल्यांच्या या ग्रंथात पानोपानी भरून वाहतो आहे. त्यामुळे त्यांचे लेखन अतिशय धारदार झाले आहे यात शंकाच नाही. परंतु कधीकधी त्यांचा कळवळा कारुण्याचा तीव्र प्रत्यय आणून देतो. उदा. शेतकरी जेव्हा कर्जबाजारी होतो तेव्हा मुलीच्या अंगावरचे दागिने विकून टाकतो. परिणामत: तिच्या ''नांदण्याचे चांदणे होते'' असे त्यांनी म्हटले आहे. किंवा शेतकऱ्याचा जेवणाचे अतिशय करुण चित्र ते उभे करतात व म्हणतात की, ''पाणी पिऊन डरदिशी ढेकर देतात'' किंवा लग्नसमारंभात अन्न न मिळाल्यामुळे मुले ''लांडग्यासारखी घासामागून घास संपवितात'' ही सगळी वर्णने वाचत असताना वाचकांना कारुण्याचा प्रत्यय येतो. त्यांच्या मनात असणाऱ्या कळवळ्याचा प्रत्यय येतो.

अर्थात महात्मा फुले यांच्या लेखनाचे आणखी एक अत्यंत महत्त्वाचे वैशिष्ट्य म्हणजे त्यांची संपूर्ण लेखनशैली ही संवादात्मक पद्धतीची आहे. अधूनमधून ते 'वाचक हो ! असे म्हणत नसले तरी एकूण त्यांच्या लेखनांमध्ये त्यांनी वाचक

आणि श्रोता गृहीत धरलेला असतो. या संवादात्मक पद्धतीमुळे आणि बोलीच्या स्वीकारामुळे त्यांनी अत्यंत भावप्रवाही अशा अनेक शब्दांची निर्मिती आणि वापर केला आहे. उदा. चटाचटा, सुंता करणे, चिटुकली मुले, पिटुकल्या पागोट्या, चिटुकल्या शालजोड्या, टणाटणा उड्या, टपाटपा लेंड्या गळणे इ. नादानुकारी आणि अर्थवाही शब्दांचा वापर ते करून जातात. तसेच नाकास नळ येणे, काशीरामेश्वरांचे अंतर, नाकाचे बाल यांसारख्या वाक्प्रचारांचा अर्थपूर्ण वापर ते करतात तर ''मला होईना, तुझे साहिना'', ''दे माय धरणी ठाव'', ''ये गे कोयी, तुझी डोई भाजून खाई, माझी डोई ब्याला ठेवी'', ''उपरकी तो खूब बनी, अंदरकी राम जानी'', गंगेत घोडे न्हाणे, अस्मानी सुलतानी, शिमगा करणे अशासारख्या म्हणींचा व वाक्प्रचारांचा त्यांनी केलेला वापर ही एकूण आशयास समृद्ध करणाराच ठरतो.

महात्मा फुले यांच्या शैलीचे आणखी एक महत्त्वाचे वैशिष्ट्य म्हणजे त्यांचे सूक्ष्म निरीक्षण. अनुभवलेले बारीकसारीक तपशील ते अशा पद्धतीने आपल्या लेखनात भरतात की वर्ण्यविषय जिवंत होऊन उठावा. त्याला चित्रात्मक रूप प्राप्त व्हावे. वरकरणी तो तपशील वाटत असला तरी अनुभव प्रकटीकरणासाठी तो अपरिहार्य कसा ठरतो, त्यांच्या वर्ण्यविषयाला चित्रात्मकता कशी प्राप्त होते हे पुढील उताऱ्यावरून सहज स्पष्ट व्हावे.

''घराचे पुढचे बाजूस घरालगत आढेमेढी टाकून बैल बांधण्याकरिता छपराचा गोठा केला आहे. त्यात दोनतीन उठवणीस आलेले बैल रवंथ करीत बसले आहेत व एका बाजूला खंडी सवा-खंडीच्या दोनतीन रिकाम्या कणगी कोपऱ्यात पडल्या आहेत. बाहेर अंगणात उजवे बाजूस एक आठबैली जुना गाडा उभा केला आहे. त्यावर मोडकळीस आलेला तुराठ्यांचा कुरकुल पडला आहे. डावे बाजूस एक चौरस ओटा करून त्यावर एक तुळशीवृंदावन बांधले आहे व त्यालगत खापरी रांजणाच्या पाणईचा ओटा बांधला आहे. त्यावर पाण्याने भरलेले दोनतीन मातीचे डेरे व घागरी ठेविल्या आहेत. पाणईशेजारी तीन बाजूला छाट दिवाली बांधून त्यांचे आत ओबडधोबड फरशा टाकून एक लहानशी न्हाणी केली आहे. तिच्या मोरीवाटे वाहून गेलेल्या पाण्याचे बाहेरचे बाजूस लहानसे डबके साचले आहे. त्यामध्ये किड्यांची बुचबुच झाली आहे. त्याचे पलीकडे पांढऱ्या चाफ्याखाली, उघडीनागडी सर्व अंगावर पाण्याचे ओघळ पडलेले असून खुरजुली, डोक्यात खवडे, नाकाखाली शेंबडाच्या नाळी पडून घामट अशा मुलांचा जमाव जमला आहे. त्यांतून कितीएक मुले आपल्या तळहातावर चिखलाचे डोले घेऊन दुसऱ्या हातांनी उर बडवून 'हायदोस हायदोस' शब्दांचा घोष करून नाचत आहेत, कोणी दारुपिठ्याचे दुकान घालून कलालीन होऊन पायांत बाभळीच्या शेंगाचे तोडे घालून दुकानदारीन होऊन

बसली आहे.

.....त्याचप्रमाणे घराचे पिछाडीस घरालगत आढेमेढी टाकून छपरी गोठा केला आहे. त्यात सकाळी व्यालेली म्हैस, दोनतीन वासरे एक नाळपडी घोडी बांधली आहे. भिंतीवर जिकडेतिकडे कोन्याकोपऱ्यांनी घागरी, तांबडी गोचिडे चिकटली आहेत. छपराच्या वळचणीला वेणीफणी करिताना निघालेले केसांचे बुचके जागोजाग कोंबले आहेत. त्यालगत बाहेर परसात एके बाजूस कोंबड्यांचे खुराडे केले आहे. त्याशेजारी एकदोन कैकाडी झांप पडलेले आहेत व दुसरे बाजूस हातपाय धुण्याकरिता व खरकटी मडकीभांडी घासण्याकरिता गडगळ दगड बसून एक उघडी न्हाणी केली आहे. तिच्या खुल्या दरजांनी जागोजाग खरकटे जमा झाल्यामुळे त्यावर माशा घों घों करीत आहेत. पलीकडे एका बाजूला शेणखई केली आहे. त्यात पोरासोरांनी विष्ठा केल्यामुळे चहूकडे हिरव्या माशा भणभण करीत आहेत. शेजारी पलीकडे एका कोपऱ्यात सरभड गवत व कडब्यांच्या गंजी संपून त्यांच्या जागी त्या त्या वैरणीच्या पाचोळ्यांचे लहानमोठे ढीग पडले आहेत. दुसऱ्या कोपऱ्यांत गोवऱ्यांचा कलवड रचिला आहे. त्याचे शेजारी बाभळीच्या झाडाखाली मोडक्या औतांचा ढीग पडला आहे, त्यांच्याखाली विलायती धोतरे उगवले आहेत, त्यामध्ये नुकतीच व्यालेली झिपरी कुत्री आल्यागेल्यावर गुरगुर करीत पडली आहे. शेजारी गवाणीतील चघळचिपाटांचा ढीग पडला आहे. बाकी उरलेल्या एकंदर सर्व परसांत एक तरूण बाई घराकडे पाठ करून गोवऱ्या लावीत आहे. तिचे दोन्ही पाय शेण तुडवून तुडवून गुडघ्यापावेतो भरले होते. पुढे एकंदर सर्व माजघरांत उंच-खोल जमीन असून तेथे पहावे, तर दळण पाखडल्याचा वैचा पडला आहे, तेथे पहावे तर निसलेल्या भाजाच्या काड्या पडल्या आहेत. येथे खालेल्या गोंधळाच्या बिया पडल्या आहेत. तेथे कुजक्या कांद्याचा ढीग पडला आहे, त्यातून एक तऱ्हेची उबट घाण चालली आहे. मध्ये खुल्या जमिनीवर एक जख्ख झालेली म्हातारी खालीवर पासोडी घालून कण्हत पडली आहे. तिच्या उशाशी थोड्याशा साळीच्या लाह्या व पितळीखाली वाटीत वरणाच्या निवळीत जोंधळ्याची भाकर बारीक कुसकरून केलेला काला व पाणी भरून ठेवलेला तांब्या होता. शेजारी पाळण्यात तान्हे मूल टाहो फोडून रडत पडले आहे. त्याशिवाय कोठे मुलाच्या मुताचा काळा ओघळ गेला आहे. कोठे पोरांचा गू काढल्यामुळे लहानसा राखेचा पांढरा टवका पडला आहे. घरातील कित्येक कानेकोपरे चुनातंबाखू खाणाऱ्यांनी पिचकाऱ्या मारून तांबडेलाल केले आहेत, एका कोपऱ्यात तिघीचौघींचे भले मोठे जाते रोविले आहे.... फुरसत नसल्यामुळे जेथे चारपांच वर्षांतून एकदासुद्धा केरसुणी अथवा खराटा फिरविला नाही''

थोडासा दीर्घ असा उतारा येथे मुद्दामच दिला आहे. अनुभवलेल्या घटकांच्या

सूक्ष्म तपशीलामधून ते वर्ण्यविषय कसा साकार करतात हे लक्षात यावे म्हणून. येथे शेतकऱ्याचे दरिद्री घर अंतर्बाह्य साकार झाले आहे एवढे भाष्य या उताऱ्यावर केले म्हणून पुरेसे ठरेल असे वाटते. तसेच फुल्यांची एकूण शैली कशी अर्थघन (Compact) आहे याचाही येथे प्रत्यय येऊन जातो.

स्वच्छ, स्पष्ट, अर्थगर्भ आणि निश्चितार्थी लेखन करणे हे फुल्यांच्या गद्यलेखनाचे वैशिष्ट्य आहे. किंबहुना स्वतःच्या स्वतंत्र शैलीत एवढे प्रभावी गद्यलेखन केलेले उदाहरण तत्कालिन वाङ्मयात अपवादानेच सापडेल असे म्हटले तर अतिशयोक्ती होऊ नये.

उत्तम गद्यलेखन करणाऱ्या या गद्यलेखकाच्या लेखनशैलीमध्ये कधी कधी गद्यकाव्याचा प्रत्यय येतो. अर्थात अशी गद्य काव्यात्मकता फुल्यांच्या लेखनात क्वचित सापडते. परंतु फुल्यांनी जर मनात आणले असते तर केवढे उत्कट गद्यकाव्य त्यांनी लिहिले असते याची कल्पना येण्याएवढे त्यांचे काही ठिकाणचे गद्यकाव्य प्रभावी आहे. क्वचित् प्रसन्नतेचा शिडकावा करणारे गद्यकाव्य म्हणून आपणास 'शेतकऱ्याचा असूड' या ग्रंथातील पुढील उताऱ्याचा निर्देश करता येईल.

"......प्रथम जेव्हा स्त्रीपुरुष निर्माण झाले असतील तेव्हा त्यास मोठमोठाल्या झाडांच्या खोडांशी, त्यांचे ढोलीत, अथवा डोंगराचे कपारीत, रात्रीस आराम करून आसपासच्या जंगलातील कंदमुळे व फळे यांवर आपले क्षुधेचा निर्वाह करावा लागला असेल व ते जेव्हा ऐन दुपारी भलत्या एखाद्या झाडाच्या छायेखाली प्रखरतर सूर्याच्या किरणांपासून निवारण होण्याकरिता क्षणभर विश्रांती घेत असतील, तेव्हा जिकडे तिकडे उंच उंच कडे तुटलेल्या पर्वत व डोंगराच्या विस्तीर्ण रांगा, गगनात जणु काय, शुभ्र पांढऱ्या धुक्याच्या टोप्याच घालून उभ्या राहिलेल्या त्यांच्या दृष्टीस पडत असतील, तसेच त्यांच्या दृष्टीस पडत असतील, तसेच त्यांच्या खालच्या बाजूंनी लहानमोठ्या दऱ्याखोऱ्यांच्या आसपास अफाट मैदानात जुनाट मोठमोठाले विशाल वड, पिंपळ व फळभाराने नम्र झालेले फणस, आंबे, नारळी, अंजीर, पिस्ते, बदाम वगैरे फळझाडांची गर्दी होऊन, त्यावर नाना तऱ्हेच्या द्राक्षादि वेलींच्या कमानींवजा जाळी बनून जागोजाग पिकलेल्या केळींचे घड कमळे इत्यादी नानातऱ्हेची रंगीबेरंगी फुले फुलली आहेत, त्यांच्या आसमंतात जमिनीवर नानाप्रकारच्या पानाफुलांचा खच पडून त्या सर्वांचा भलामोठा चित्रविचित्र केवळ एक गालिचाच बनून त्यावर जागोजाग तऱ्हेतऱ्हेच्या पानांफुलांनी घवघवलेली झाडे जशी काय आताच लाविली आहेत की काय असा भास झाला असेल. तसेच एकीकडे एकंदर सर्व लहानमोठ्या झुऱ्या, खोंगळ्या, ओढे व नदीचे आजूबाजूचे वाळवंटावर खरबुजे, टरबुजे, शेंदाडी, काकड्या, खिरे वगैरे चहूकडे लोळत पडलेले असून जिकडेतिकडे स्वच्छ निर्मळ पाण्याचे प्रवाह अखंडित खुळखुळ मंजुळवाणा शब्द करीत वहात आहेत. आसपास लहानमोठ्या तलावाच्या जलसमुदायांत नानातऱ्हेच्या चित्रविचित्र रंगाच्या कमळावरून

तेवीस

भ्रमरांचे थवेच्या थवे गुंजारव करीत आहेत व जागोजाग तळ्यांच्या तटाकी जलतंतु आपल्या आटोक्यांत येताच त्यांना उचलून तोंडात टाकण्याकरिता बगळे एका पायावर बकध्याने लावून उभे राहिले आहेत. शेजारचे अरण्यात, जिकडे पहावे तिकडे जमिनीवरून गरीब बिचारी हरणे, मेंढरे वगैरे श्वापदांचे कळप, लांडगे, व्याघ्र आदि करून दुष्ट हिंसक पशूपासून आपले जीव बचावण्याकरिता धापा टाकत पळत चालले आहेत व झाडांवर नानाप्रकारचे सुस्वर गायन करून तानसेनासही लाजविणारे कित्येक पक्षी आपापल्या मधुर, कोमल स्वराने गाण्यामध्ये चूर झाले आहेत, तो आकाशात बहिरी ससाणे वगैरे घातक पक्षी त्यांचे प्राणहरण करण्याकरिता वरती घिरट्या घालून अकस्मात त्यांजवर झडपा घालण्याचें संधानात आहेत, इतक्यात पश्चिमेकडचा मंद व शीतल वायु कधी कधी आपल्या लहरींबरोबर नानाप्रकारच्या फुलपुष्पांच्या सुवासाची चहुंकडून बहार करून सोडीत आहेत. हे पाहून आपल्या बुद्ध, ख्रिस्ती, मुसलमान, महार, ब्राह्मण वगैरे म्हणविणाऱ्या मानव बांधवाच्या मूळ पूर्वजास किती आनंद होत असेल बरे !''

येथे आदिमानवाच्या भावविभोर अवस्थेचे आणि निसर्गाच्या प्रसन्न रूपाचे किती काव्यात्मक चित्रण महात्मा फुले यांनी केले आहे हे पाहिले म्हणजे महात्मा फुले या समाजचिंतकामध्ये कसा एक कवी लपला होता याचे प्रत्यंतर येते. अर्थात त्यांच्या कवित्वशक्तीचा प्रत्यय त्यांच्या लेखणीतून येतोच.

येथे जसे त्यांनी प्रसन्नतेचा शिडकावा करणारे गद्यकाव्य लिहिले आहे त्याप्रमाणेच 'गुलामगिरी' या ग्रंथाच्या प्रस्तावनेमध्ये क्षत्रिय स्त्रियांचा शोक वर्णितांना शोकात्म जाणिवेचा मोठा काव्यात्म प्रत्यय त्यांनी दिला आहे.

शोकात्म जाणिवेचा काव्यात्म पातळीवरून आविष्कार करताना त्यांच्या गद्याचे स्वरूप कसे काव्यात्मक होते ते पुढील उताऱ्यावरून लक्षात येईल.

"बरे, भटलोकांनी जितकी हकीकत लिहिली तितक्याच विषयी थोडासा विचार केला असता मनास मोठे दुःख होते, कारण परशुरामाने जेव्हा त्या गरभारशा स्त्रियांचा पाठलाग केला तेव्हा त्यास किती दुःख झाले असेल बरे ? स्त्रीजातीस बहुत करून पळण्याची मारामार, त्यातून त्यापैकी कित्येक मोठ्यांच्या व कुलीन स्त्रिया असल्यामुळे घराचा उंबरादेखील ज्यास ठाऊक नाही, जे काही त्यांस लागेल ते सर्व गडी माणसे आणून देत, सारांश ज्यांनी पतीचे श्रेय चिंतून त्यांचे जीवावर सुखात दिवस काढिले, तर त्यांजवर पोटातील गर्भाचे ओझे घेऊन सूर्याच्या प्रखर उन्हात आडमार्गाने पळण्याचा प्रसंग गुदरणे म्हणजे त्यास महासंकटकाळच ओढवला असे म्हटले पाहिजे..... व परशुराम मागून येत आहे हे ऐकून तशाच घाबरे घाबरे पळत असतील, मार्गाने जात असता त्यांच्या कोमल पायांमध्ये काटे टोचून काटेरी झाडांनी अंगावरची वस्त्रे फाटून त्यांची शरीरे भोसकली असतील व तेणेकरून

शरीरातून रक्त वाहवले असेल उन्हामध्ये पळता पळता पाय चटचट पोळून त्यांची कमळाच्या देठासारखी नीलवर्ण कांति परम आरक्तकता पावली असेल व तोंडास फेस येऊन डोळे पाण्याने गच्च भरून आले असतील. तोंडाकडेस एक एक दोन दोन दिवस पाणी देखील नेले नाही, सबब कलमल वाटून पोटातील गर्भ पोटांत गडबड फिरत असतील, त्यास असे वाटले असेल की, आता धरणी जर फाटली तर फार बरे होईल म्हणजे आता आम्ही उडी टाकून या दुष्टापासून मुक्त होऊ. त्यांनी डोळे भरून आणून ईश्वराची प्रार्थना केली नसेल काय ? की, हे प्रभो आमच्यावर काय हा प्रसंग गुदरविला.... मग त्यांच्या शोकाला काय विचारावयाचे आहे ? व बाकीच्या स्त्रियांनी अतिशय लीन होऊन त्या दुष्टाची विनवणी केली नसेल काय ?..... तेव्हा त्यास जे दुःख झाले असेल ते लिहिण्यास आमचे हातातून लेखणी गळून पडते.''१४

येथे ज्या उपमा आणि दृष्टांत महात्मा फुल्यांनी वापरले आहेत त्यामधून क्षत्रिय स्त्रियांच्या शोकाची प्रतीती अतिशय प्रभावीरीत्या होते, यात शंका नाही; आणि प्रसन्नतेबरोबरच शोकात्म अनुभवाचा आविष्कारही फुले तेवढ्याच प्रभावीरीतीने करतात हे उपरोक्त दोन उताऱ्यांवरून लक्षात यायला हरकत नाही.

थोडक्यात असे सांगता येईल की व्यक्तिमत्त्वाचा आविष्कार करण्यास समर्थ असलेली अशी महात्मा फुले यांची स्वतंत्र शैली आहे. वक्तृत्व, चिंतनशीलता, संवादात्मकता, काव्यात्मकता, सहजता, अर्थवाही लेखन आणि बोलीभाषेचा अवलंब ही फुल्यांच्या लेखनशैलीची वैशिष्ट्ये म्हणून सांगता येतील. 'शेतकऱ्याचा असूड' ह्या ग्रंथातून त्यांच्या या शैलीचा प्रत्यय येतो.

एकूण आशय आणि लेखनशैली या दोन्ही दृष्टींनी 'शेतकऱ्याचा असूड' हा ग्रंथ वैशिष्ट्यपूर्णच नव्हे तर सामाजिक इतिहासाच्या संदर्भात आणि वाङ्मयीन इतिहासाच्या संदर्भात अत्यंत महत्त्वाचा आहे, हे नोंदवणे भाग पडते.

महात्मा फुले यांच्या लेखनाला आणि त्यांनी उभ्या केलेल्या चळवळींना शंभर वर्षे पूर्ण होऊन गेली. आणि भारतीय समाजाने एकविसाव्या शतकात प्रवेश केला आहे.

या अशा प्रसंगी फुल्यांच्या लेखनाच्या निमित्ताने आमच्या एकूण व्यवस्थेचे पुनर्मूल्यांकन करणे वावगे ठरू नये.

या लेखाच्या पूर्वार्धातच नमूद केल्याप्रमाणे इंग्रजांनी येथे एक नवी व्यवस्था मागच्या शतकात आणल्यानंतर येथील पारंपरिक व्यवस्था कोलमडून पडली. शेतीव्यवस्थेपासून ते शिक्षणापर्यंतची एक नवी रचना इंग्रज सरकारने येथे रूढ केली.

---

१४. महात्मा फुले समग्र वाङ्मय : आवृत्ती ४. पृ. १३३

या नव्या व्यवस्थेमध्ये, उपेक्षितांचे शोषण कसे होत असे याचे चित्रण महात्मा फुल्यांनी केले आहे. तेव्हा आज शंभर वर्षे उलटून गेली तरी इंग्रजांनी प्रस्थापित केलेली व्यवस्था आणि त्या व्यवस्थेच्या परंपरा अजून अस्तित्वात आहेत असेच लक्षात येईल. उदा. फुल्यांच्या काळात गरिबांना, शोषितांना कसा न्याय मिळत नाही, त्यांचे न्यायदानाच्या निमित्ताने कसे शोषण होत असे याचे चित्रण फुल्यांनी विस्ताराने केले आहे. आजतरी ती परिस्थिती बदलली आहे का ? त्याबरोबरच महात्मा फुल्यांनी नोकरशाहीच्या भ्रष्टतेचा निर्देश अतिशय पोटतिडकीने केला आहे. आजही नोकरशाहीचे शोषक आणि लाचखाऊ भ्रष्ट रूप कायमच आहे. अशा या लाचखाऊ भ्रष्ट नोकरशाहीचे वाढते पगार वाढतच आहेत आणि ग्रामीण विभागाकडे अजूनही फारसे लक्ष गेलेले नाही. महात्मा फुल्यांनी निर्देशिलेली व्यापारीवर्गाची फसवेगिरी चालूच आहे. शासनातून आमची देशी माणसे येऊनही शासनाचे रूप फारसे बदललेले दिसत नाही. एकूण इंग्रजांनी ज्या व्यवस्था रूढ केल्या त्यांच्या दुर्गुणासहित त्या आपण आजही पुढे चालूच ठेवल्या आहेत. म्हणजे मागील पानावरून पुढे असाच प्रकार असल्याचे दिसते आहे. जो काही बदल जाणवतो तो परिस्थितीच्या रेट्याने घडणारा आहे. हेतुपुरस्सर, योजनापूर्वक आम्ही परिवर्तनाच्या दिशेने निघण्याचा प्रयत्न अजूनही करीत नाही हे वास्तव या निमित्ताने नोंदवावेसे वाटते. अजूनही समाजातील आर्थिक संबंधाची बांधणी बदललेली नाही हेही नोंदवावे लागते.

या आणि अशा प्रकारच्या असंख्य नोंदी करता येतील. या नोंदी करता करता हेही लक्षात येते की महात्मा फुले यांचे वाङ्मय आणि व्यक्तिमत्त्व या दोन्ही बाबी आजही मार्गदर्शक आहेत.

हा मुद्दा एकदा लक्षात आला की महात्मा फुल्यांनी दाखविलेल्या दिशांनी जाण्याचा नवा टप्पा आता सुरू व्हायला हवा हे जाणवून जाते ! आणि महात्मा फुल्यांचे द्रष्टेपणही ! !

– डॉ. नागनाथ कोत्तापल्ले

CULTIVATOR'S WHIP-CORD

by

JOTIRAO GOVINDRAO PHULEY

for the defence

of Shudra (Dasya) Community

शेतकऱ्याचा असूड

हे लहानसे पुस्तक

जोतीराव गोविंदराव फुले

यांनी

शूद्र शेतकऱ्यांचे बचावाकरिता केले आहे.

अनुक्रम

हा असूड लिहितेवेळी कित्येक गृहस्थांचे व माझे यासंबंधी बोलणे झाले. त्यापैकी नमुन्याकरिता दोन मासले दिले आहेत –

उपोद्घात

विद्येविना मति गेली; मतीविना नीति गेली; नीतीविना गति गेली ! गतीविना वित्त गेले, वित्ताविना शूद्र खचले, इतके अनर्थ एका अविद्येने केले.

उद्देश, शूद्र शेतकरी हल्ली इतक्या दीनवाण्या स्थितीस येऊन पोहोचण्याची धर्म व राज्यसंबंधी अनेक कारणे आहेत, त्यांपैकी थोड्या बहुतांचे विवेचन करण्याच्या हेतूने हा पुढील ग्रंथ रचिला आहे. शूद्र शेतकरी बनावट व जुलुमी धर्माचे योगाने एकंदर सर्व सरकारी खात्यांनी ब्राह्मण कामगारांचे प्राबल्य असल्याने भटभिक्षुकांकडून व सरकारी युरोपियन कामगार ऐषआरामी असल्याचे योगाने, ब्राह्मण कामगारांकडून नाडले जातात. त्यांपासून त्यांस या ग्रंथावलोकनाचे योगाने आपला बचाव करिता यावा असा हेतू आहे, म्हणून ह्या ग्रंथास 'शेतकऱ्याचा असूड' असे नाव दिले आहे.

वाचकहो, सांप्रत शेतकरी म्हटले म्हणजे यामध्ये तीन भेद आहेत. शुद्ध शेतकरी अथवा कुणबी, माळी व धनगर. आता हे तीन भेद होण्याची कारणे पाहिली असता, मूळचे जे लोक शुद्ध शेतकीवर आपला निर्वाह करू लागले, ते कुळवाडी अथवा कुणबी, जे लोक आपले शेतकीचे काम सांभाळून बागायती करू लागले, ते माळी व जे ही दोन्हीही करून मेंढरे, बकरी वगैरेचे कळप बाळगू लागले, ते धनगर. असे निरनिराळ्या कामावरून प्रथम हे भेद उपस्थित झाले असावेत. परंतु आता या तीन पृथक जातीच मानतात. याचा सांप्रत आपसात फक्त बेटीव्यवहार मात्र होत नाही. बाकी अन्नव्यवहारादि सर्व काही होते. यावरून हे (कुणबी, माळी व धनगर) पूर्वी एकाच शूद्र शेतकरी जातीचे असावेत. आता पुढे या तिन्ही जातीतले लोक आपला मूळचा शेतकीचा धंदा निरुपायाने सोडून उदरनिर्वाहास्तव नाना तऱ्हेचे धंदे करू लागले. ज्याजवळ थोडेबहुत अवसान आहे ते आपली शेती संभाळून रहातात व बहुतेक अक्षरशून्य देवभोळे, उघडे नागडे व भुकेकंगाल जरी आहेत तथापि शेतकरीच कायम आहेत व ज्यांस बिलकुल थारा उरला नाही, ते देश सोडून जिकडे जिकडे चरितार्थ चालेल तिकडे तिकडे जाऊन व्यवसाय करू लागले. कोणी गवताचा व्यापार करू लागले, कोणी लाकडांचा व कोणी कापडाचा. तसेच कोणी

कंत्राटे व कोणी रायटरीची वगैरे नोकऱ्या करून शेवटी पेन्शने घेऊन डौल मारीत असतात. अशा रीतीने पैसा मिळवून इस्टेटी करून ठेवितात, परंतु त्यांच्या पाठीमागे गुलहौशी मुले, ज्यांस विद्येची गोडीच नाही अशी, त्यांची थोड्याच काळात बाबूके भाई दरवेशी होऊन वडिलांचे नावाने पोटासाठी दोम दोम करीत फिरतात. कित्येकांच्या पूर्वजांनी शिपायगिरीच्या व शहाणपणाच्या जोरावर जहागिरी, इनामे वगैरे कमाविली, व कित्येक तर शिंदे होळकरासारखे प्रतिराजेच बनून गेले होते. परंतु हल्ली त्यांचे वंशज अज्ञानी अक्षरशून्य असल्यामुळे आपआपल्या जहागिरी, इनामे गहाण टाकून अथवा खरेदी देऊन कर्जबाजारी होत्साते कित्येक तर अन्नासही मोताद झाले आहेत. बहुतेक इनामदार, जहागीरदारांस आपल्या पूर्वजांनी काय काय पराक्रम केले, कसकशी संकटे भोगली याची कल्पना न येता ते ऐत्या पिठावर रेघा ओढून अशिक्षित असल्यामुळे दुष्ट व लुच्चे लोकांचे संगतीने रात्रंदिवस ऐषआरामांत व व्यसनात गुंग होऊन ज्यांच्या जहागिरी गहाण पडल्या नाहीत, अथवा ज्यांस कर्जाने व्याप्त केले नाही, असे विरळाच. आता जे संस्थानिक आहेत त्यास जरी कर्जबाम नाही, तरी त्यांचे आसपासचे लोक व ब्राह्मण कारभारी इतके मतलबी, धूर्त, धोरणी असतात की, ते आमच्या राजेरजवाड्यांस विद्येची व सद्गुणांची अभिरुचि लागू देत नाहीत. यामुळे आपल्या खऱ्या वैभवाचे स्वरूप न ओळखून, आपल्या पूर्वजांनी केवळ आमच्या चैनीकरिताच राज्य संपादन केले असे मानून धर्माचे योगाने अंध जाहलेले, राज्यकारभार स्वतंत्र रीतीने पाहण्याचे अंगी सामर्थ्य नसल्यामुळे केवळ दैवावर भार टाकून ब्राह्मण कारभाऱ्यांच्या ओंजळीने पाणी पिऊन दिवसा गोप्रदाने व रात्री प्रजोत्पादन करीत स्वस्थ बसतात. अशा राजेरजवाड्यांच्या हातून आपल्या शूद्र जातबांधवांचे कल्याण होण्याचा संभव विशेष, परंतु त्यांच्या मनात जो विचार कधीही आला नाही व जोपर्यंत 'ब्राह्मणो मम दैवतं' हे वेड त्यांच्या डोक्यातून निघाले नाही, तोपर्यंत कितीही कपाळकूट केली तरी ती व्यर्थच जाणार व इतकेही करून तसे करण्यास कोणी प्रवृत्त झाल्यास बाळपणापासून मनावर जाहलेल्या दृढ संस्कारामुळे या मतलबी धर्माचे विरुद्ध चार गोष्टी ऐकून त्यांचा विचार करणे त्यास कोठून रुचणार? व जवळचे कारभारी अगोदर अशा निस्पृह व खऱ्या जात्याभिमान्याची डाळच शिजू देणार नाहीत, तशातून धैर्य करून एकाद्याने मला तशी सवड दिल्यास मोठ्या आनंदाने मी यथामति आपले विचार त्याचेपुढे सादर करीन.

असो, जगातील एकंदर सर्व देशांचे इतिहास एकमेकांशी ताडून पाहतां, हिंदुस्थानातील अज्ञानी व देवभोळ्या शूद्र शेतकऱ्यांची स्थिती मात्र इतर देशांतील शेतकऱ्यांपेक्षा निकृष्ट अवस्थेस पात्र होऊन केवळ पशूपलीकडचे मजलशीस जाऊन पोहचली, असे दिसून येईल.

हा ग्रंथ अनेक इंग्लिश, संस्कृत व प्राकृत ग्रंथ व हल्लीचे अज्ञानी शूद्रादी

अतिशूद्रांच्या दीनवाण्या स्थितीवरून रचिला आहे, हे सांगण्यास नको. असे सहाय्य घडल्यावाचून याची रचना करता आली नसती हे उघडच आहे.

या ग्रंथांत जे काही मी माझ्या अल्प समजुतीने लिहिले, त्यांत आमच्या विद्वान व सूज्ञ वाचणारांच्या ध्यानांत जी जी व्यंगे दिसून येतील, त्याविषयी मला क्षमा करून गुणलेशांचा स्वीकार करावा, अशी त्यांस माझी विनंती आहे. आणि जरकरिता त्यांच्या अवलोकनात कोणताही भाग अयोग्य अथवा खोटासा दिसेल तर किंवा या ग्रंथाच्या दृढीकरणार्थ जर त्यास काही (ग्रंथाधार वगैरे) सुचविणे असेल, तर त्याविषयी त्यांनी वर्तमानपत्राद्वारे आम्हास कळवावे. म्हणजे कृतज्ञतापूर्वक आभार मानून दुसऱ्या आवृत्तीचे वेळी त्यांचा योग्य विचार करू.

श्रीमंत सरकार गायकवाड सेनाखासखेल समशेर बहादूर सयाजीराव महाराज यांनी मी बडोद्यास गेलो होतो त्यावेळी आपल्या सर्व राजकीय कामातील अमूल्य वेळात काटकसर करून अप्रतिम उल्हासाने व सप्रेम भावाने मजकडून हा ग्रंथ वाचवून साग्र लक्षपूर्वक ऐकिला व श्रीमन्महाराजांनी आपल्या औदार्याप्रमाणे मला द्रव्यद्वारे मदत करून माझा यथासांग अत्युत्तम आदरसत्कार केला, त्याबद्दल मी त्यांचा फार फार ऋणी आहे.

पुणे, मुंबई, ठाणे, जुन्नर, ओतूर, हडपसर, वंगणी, माळ्याचे कुरुळ येथील शुद्र गृहस्थांनी कित्येक वेळा हा ग्रंथ माझ्या तोंडून ऐकला व या ग्रंथात लिहिलेला मजकूर खरा आहे अशाविषयी त्यांनी आपल्या सह्या मजकडे पाठविल्या आहेत.

१

सरकारी सर्व खात्यांत ब्राह्मण कामगारांचे प्राबल्य असल्यामुळे त्यांचे स्वजातीय स्वार्थी भटब्राह्मण आपले मतलबी धर्माचे मिषाने अज्ञानी शेतकऱ्यांस इतके नाडितात की, त्यांस आपली लहान चिटकुली मुले शाळेत पाठविण्याची साधने रहात नाहीत व एकाद्यास तसे साधन असल्यास यांच्या दुरुपदेशाने तशी इच्छा होत नाही.

आता पहिले प्रकारचे अक्षरशून्य शेतकऱ्यांस भटब्राह्मण धर्ममिषाने इतके नाडितात की त्यांजविषयी या जगांत दुसरा कोठे या मासल्याचा पडोसा सापडणे फार कठीण. पूर्वीच्या धूर्त आर्यब्राह्मण ग्रंथकारांनी आपले मतलबी धर्माचे लिगाड शेतकऱ्यांचे मागे इतके सफाईने लावले आहे की, शेतकरी जन्मास येण्याचे पूर्वीच त्याचे आईस ज्या वेळेस ऋतु प्राप्त होतो, तेव्हा तिच्या गर्भाधानादि संस्कारापासून तो हा मरेपर्यंत कित्येक गोष्टीनी लुटला जातो, इतकेच नव्हे तर हा मेला तरी याच्या मुलास श्राद्धे वगैरैच्या मिषाने धर्माचे ओझे सोसावे लागते. कारण शेतकऱ्यांचे स्त्रियास ऋतु प्राप्त होताच भटब्राह्मण जपानुष्ठान व तत्संबंधी ब्राह्मणभोजनाचे निमित्ताने त्याजपासून द्रव्य हरण करितात व सदरची, ब्राह्मणभोजने घेतेवेळी भटब्राह्मण आपले आप्तसोयरे व इष्टमित्रांसह तूपपोळ्यांची व दक्षिणेची इतकी धांदल उडवितात की, त्यांच्या उरल्यासुरल्या अन्नापैकी त्या बिचाऱ्या अज्ञान शेतकऱ्यास पोटभर आमटीपोळी मिळण्याची मारामार पडते. ऋतुशांतीनिमित्ताने भटब्राह्मणांची उदरशांती होऊन त्याचे हातावर दक्षिणा पडताच ते शेतकऱ्यास आशिर्वाद दिल्यानंतर त्यास त्यांचे स्त्रियांनी शनिवार अथवा चतुर्थीची व्रते धरावी ह्मणोन उपदेश करून घरोघर चालते होतात. पुढे भटब्राह्मण दर शनिवारी व चतुर्थीस शेतकऱ्यांचे स्त्रियांकडून रुईचे पानांच्या माळा मारुतीचे गळ्यांत घालवून व गवताच्या जुड्या गणपतीचे माथ्यावर रचून शिधा, दक्षिणा आपण घेतात व पुढे कधी कधी संधान साधल्यास सदरची व्रते उजविण्याची थाप देऊन शेतकऱ्यांपासून लहानमोठी ब्राह्मणभोजनें घेतात. इतक्यात शेतकरणी बाया सृष्टिक्रमाप्रमाणे गरोदर

झाल्यास, भटब्राह्मणांनी शेतकऱ्यांकडून मुंज्यांचे ब्राह्मण घालविण्याचे लटके पूर्वी केलेले नवस शेतकऱ्यांशी सहज बोलता बोलता बाहेर काढावयाचे. व शेतकऱ्यांच्या स्त्रिया प्रसूत होण्याच्या पूर्वी भटजीबुवा शेतकऱ्यांचे घरी रात्रंदिवस खड्या (फेऱ्या) घालितात; व त्यांच्याशी मोठी लाडीगोडी लावून त्यांच्याशी यजमानपणाची नाती लावून त्याजपासून त्या नवसांची फेड करून घेतात. पुढे शेतकऱ्यांचे स्त्रियांस पुत्र झाले की, भटब्राह्मणांची धनरेषा उपटते. ती अशी की, प्रथममुख्य उपाध्ये शेतकऱ्यांचे घरी जातात व त्यांचे घरांतील वाव व कासऱ्यांनी वेळ मोजणाऱ्या अज्ञानी स्त्रियांस मुलांचे जन्मकाळ विचारून ज्या ज्या राशीस जास्त अनिष्ट ग्रह जुळत असतील, तसल्या राशी मुकरर करून त्यांच्या अर्भकांच्या जन्मपत्रिका अशा रीतीनें तयार करितात कीं, अज्ञानी शेतकऱ्यांचे पुत्रजन्माने जहालेल्या सर्व आनंदात माती कालवून त्यास घाबरे करितात व दुसरे दिवशी त्याजकडून पिंडीतील लिंगापुढे आपले भाऊबंद, सोयरेधायरे व इष्टमित्रांपैकी भटब्राह्मणास मोलाने जपानुष्ठानास बसवितात व त्यापैकी कोणास शेतकऱ्यापासून उपोषणाचे निमित्ताने फलाहारापुरते पैसे देववितात. उन्हाळा असल्यास पंखे देववितात, पावसाळा असल्यास छत्र्या, आणि हिवाळा असल्यास पांढऱ्या धाबळ्या देववितात. खेरीज उपाध्याचा हात चालल्यास तो शेतकऱ्यापासून पुजेच्या निमित्ताने तेल, तांदूळ, नारळ, खारका, सुपाऱ्या, तूप, साखर, फळफळावळ वगैरे पदार्थ उपटावयास कमी करीत नाहींत. शेतकऱ्यांचे मनावर मूर्तिपूजेचा जास्ती प्रेमभाव ठसावा म्हणून काहीं भट तपानुष्ठान संपेपावेतो आपल्या दाढ्याडोया वाढवितात, काही फलाहारावर राहतात. अशा नाना प्रकारच्या लोणकढ्या थापा देऊन जपानुष्ठान संपेपावेतो भटब्राह्मण, शेतकऱ्यांचे बरेच द्रव्य उपटतात शेवटी समप्ति करवितेवेळी भटब्राह्मण अज्ञान शेतकऱ्यापासून ब्राह्मणभोजनासहित यथासांग दक्षिणा घेण्याविषयी कसकशी चंगळ उडवितात हे सर्व आपणास माहीत असेलच.

आर्य भटब्राह्मण आपल्या संस्कृत विद्यालयात शूद्र शेतकऱ्यांचे मुलास घेत नाहीत. परंतु ते आपल्या प्राकृत मराठी शाळात कामापुरती शूद्र शेतकऱ्यांची मुले घेतात, व त्यांजपासून दरमहाचे पगाराशिवाय दर अमावस्येस व पौर्णिमेस फसक्या, कित्येक सणांस शिधा, दक्षिणा, व मुलांनी शाळेंत खाण्याकरिता आणिलेल्या चबिन्यामधून चौथाई घेऊन त्यांस धुळाक्षरे, अंकगणित, मोडी कागदवाचन, भाकडपुराणसंबंधी प्राकृत श्लोक व भूपाळ्या शिकवून त्यांस कलगी अथवा तुऱ्याच्या पक्षाच्या लावण्या शिकवून तत्संबंधी झगडे घालण्यापुरते विद्वान करून सोडितात. त्यांस आपल्या घरची हिशेबाची टाचणे ठेवण्यापुरतेदेखील ज्ञान देत नाहीत. मग त्यांचा मामलेदार कचेऱ्यांत प्रवेश होऊन कारकुनीचे काम करणे कठीणच.

शेतकऱ्यांचे मुलाच्या मागणीच्या वेळी ब्राह्मण जोशी हातात पंचांगे घेऊन त्यांचे घरी जातात. व आपल्यापुढे राशीचक्रे मांडून त्यांस मुलिमुलांची नावे विचारून मनात स्वहित संकल्प धरून मोठ्या डौलात अंगठ्याची अग्रे बोटांचे कांड्यावर नाचवून भलता एकादा अनिष्ट ग्रह त्यांचे राशीला जुळवून, त्या ग्रहाचे शमनार्थ जपानुष्ठानाच्या स्थापनेकरितां व त्याचे सांगतेकरतां काही द्रव्य शेतकऱ्यापासून घेतात. नंतर शेतकऱ्यांच्या मुलाचा तिथिनिश्चय करतेवेळी नवरीचे घरी वस्त्राचे चौघडीवर तांदुळाचे रांगोळ्यांनी चौकोनी चौक तयार करून त्यावर मुलीच्या व मुलाच्या पित्यास बसवून त्यांचेपुढे खोबरे, खारका व हळकुंडाचे लहान लहान ढीग मांडतात, हळदकुंकू व अक्षता मागवून मुलींचे व मुलांचे वय, वर्ण, गुण वगैरे यांचा काडीमात्र विचार न करिता कामापुरत्या सुपाऱ्यांत गणपतीची प्राणप्रतिष्ठा करून समर्पयामीचे धांदलीत शेतकऱ्यापासून सण्यांनी पैसे उपटून कागदाचे चिठोऱ्यावर नेमलेल्या तिथीचे टिप्पण करितात व त्यावर हळदकुंकाचे माखण करून ते उभयतांचे हाती देतात. नंतर तेथील सामान पैशासहित चौकाचे तांदूळ आपले पदरी आवळून गणपतीसही घरी फोडून खाण्याकरिता कडोसरीस लावून निघून जातात. लग्नाचे पूर्वी मारूतीचे देवळात वधूकडील पोषाक नवरेमुलास देतेवेळी भटब्राह्मण आणा दोन आणे कडोसरीस लावून पानविडे पागोट्यात खोवतात. नंतर वधूचे मांडवात नवरा मुलगा गेल्यानंतर बोहल्यासमोर त्या उभयंतास उभे राहण्याकरिता पायपाट्यामध्ये थोडेथोडे गहू भरवून त्यावर समोरासमोर उभे करितात. पुढे वधूवरांचे मामाचे हाती नागव्या तरवारी देऊन त्यास पाठीराखे करितात. व तेथे जमलेल्या मंडळीपैकी भलत्या कोणाची तरी अंगावरील वस्त्र घेऊन त्यावर हळदकुंकाचे आडवे तिडवे पट्टे ओढून त्या वधुवरांमध्ये अंतरपाट धरून पाळीपाळीने कोणी कल्याण रागात व कोणी भैरवी रागात श्लोक व आर्यांसहित शुभमंगल म्हणून ते अज्ञानी शेतकऱ्यांचे मुलांबाळांची लग्ने लावतात. कित्येक सधन माळ्याकुणब्यांचे लग्नात त्यांचे भाऊबंद, सोयरेधायरे व वऱ्हाडी यांची पर्वा न करता, अगांतुक ब्राह्मण दक्षिणेसाठी मांडीवर शालजोड्या घेऊन मोठ्या झोकाने लोडाशी टेकून बसून मांडवात इतकी धांदल करितात की, वधुवरांच्या बापांनी आमंत्रण करून आणलेल्या गृहस्थांचे आगतस्वागत करून त्यास पानविडे देण्याची पुरती फुरसद होऊ देत नाहीत. असले निःसंग दांडगे भिकारी एखाद्या देशांत अथवा जातीत सापडतील काय ? इतक्यात लग्न लावणारे भटजी वधुवरांस खाली समोरासमोर बसवून त्यांचेपुढे नानाप्रकारचे विधि करितांना, वेळोवेळी 'दक्षिणां समर्पयामि' म्हणता म्हणता शेवटी थोड्याशा काडवा गोळा करून त्यांस अग्नि लावून त्यांत तूप वगैरे पदार्थ टाकून वधूवरास लज्जाहोमाच्या निमित्ताने चरचरीत धुऱ्या देऊन त्यांचे अज्ञानी पित्यांपासून अखेरचे भले मोठे शिधे व दक्षिणा घेऊन घरी जातात. साड्यांचे दिवशी

एकदोन हेकड शेतकऱ्यांस हाती धरून वधुवरांचे पित्यापासून मन मानेल तशा रकमा अडवून घेतात, व त्याचप्रमाणे मांडव खंडण्याबद्दल द्रव्य त्याजपासून उपटितात. त्यातून कित्येक सधन शेतकऱ्यांस कर्ण वगैरे दानशूरांच्या उपमा देऊन त्याचेपुढें नाना प्रकारचे गोंडचाळे करून त्यांस इतके पेटवतात की, लग्नाचे अखेरीस त्यांचे घरी मोठमोठ्या सभा करून त्यात एकंदर वैदिक, शास्त्री, पुराणिक, कथेकरी व भिक्षुक भटब्राह्मणांची वर्गावर्गी न करितां त्यांजपासून दक्षिणा उपटून आपआपले घरी जाता जाता त्याजपैकी कित्येक गुलहौशी भटब्राह्मण रात्री मांडवात नाच असल्याावषयी तपास ठेवून डोचक्यावर पिटुकल्या पागुट्या व मांडीवर चिटकुल्या शालजोड्या ठेवून, आमंत्रण करून आणलेल्या गृहस्थांचे मांडीशी मांडी भिडवून, लोडाशी टेकून सर्व रात्रभर नाकाच्या जोडनळ्यांत तपकिरीचे वायबार ठासता ठासता आसपास तपकिरीचा धुराळा उडवून खुशाल नायकिणींची गाणी ऐकत बसतात.

पुढें शेतकरी लोक वयपरत्वे मरण पावतांच त्यांची मुले संसार करू लागल्यापासून त्यांचे मरणकाळपावेतो त्यास भटब्राह्मण धर्माचे भूलथापीने कसे व किती नागवितात, त्याबद्दल इथे थोडासा खुलासा करितो.

शेतकऱ्याची मुले आपली नवी घरे बांधतेवेळी शूद्र बिगारी भर उन्हाचे तापात उरापोटावर मलमा वगैरेची टोपली वहातात. गवंडी व सुतार उंच गगनचुंबित पहाडावर माकडाचे परी चढून भिंती रचून, लाकडांच्या कळाशा जोडून घरें तयार करितात. यामुळें त्यांची दया येऊन त्या बापुड्या कामगारांस गृहप्रवेश करतेवेळी तूपपोळ्यांची जेवणे देऊ, म्हणून घराचे मालक कबूल करीत असतात व ती जेवणे शेतकरी कामगारास देण्यापूर्वी भटब्रह्मण शेतकऱ्यांचे घरोघर रात्रंदिवस घिरट्या घालून त्यास नाना प्रकारच्या धर्मसंबंधी भूलथापा देऊन, कित्येक ब्राह्मण अंमलदारांच्या आललटप्पू शिफारशी भिडवून, त्यांच्या नव्या घरांत होमविधी करून घरच्या वळचणीला जागोजाग चिंध्याची निशाणे फटकावून, प्रथम आपण आपल्या स्त्रिया मुलांबाळांसहित तूपपोळ्यांची यथासांग भोजने सारून, उरलेसुरलें शिळेपाके अन्न भोळ्या भाविक अज्ञानी घरधन्यास त्याच्या मुलाबाळांसहित कामगारांस गुळवण्याबरोबर खाण्याकरिता ठेवून पानविडे खातच हे ऊसातील इमानी कोल्हेभुकीदाखल आशिर्वाद देऊन शेतकऱ्यांपासून दक्षिणा गुंडाळून पोटावर हात फिरवीत घरोघर जातात व एकदोन मतलबी साधू भटब्राह्मण कित्येक अल्पवयी अल्लड शेतकऱ्यांचे जिवलग गडी बनून त्यांस नावलौकिकाचे शहास गुंतवून त्यांजकडून लहानमोठ्या सभा करवून त्यांमध्ये काही भटब्राह्मणांस शालजोड्या देववून बाकी सर्वांना दक्षिणा देववितात. शेतकऱ्यांनी नवीन बांधलेले शेतखाने खेरिजकरून त्यांनी नवी देवळे, पार वगैरे इमारती तयार केल्या की, तेथे त्याजपासून उद्घापनाचे निमित्ताने ब्राह्मणभोजन व दक्षिणा घेतातच.

दर चैत्रमासी वर्षप्रतिपदेस भटब्राह्मण शेतकऱ्यांचे घरोघर वर्षफळ वाचून त्यांजपासून दक्षिणा घेतात. तसेंच रामनवमी व हनुमंतजयंतीचे निमित्ताने भटब्राह्मण आपले आळींत एकादा सधन शेतकरी असल्यास त्याजपासून अगर गरीबच सर्व असल्यास त्यांजपासून आळीपाळीने वर्गण्या जमा करून तूपपोळ्यांची ब्राह्मणभोजने घेतात.

जेजुरीचे यात्रेत शेतकरी आपल्या मुलांबाळांसह तळे वगैरे ठिकाणी अंघोळी करितेवेळी भटब्राह्मण तेथे संकल्प म्हणून त्या सर्वांपासून एकेक शिवराई दक्षिणा घेतात. ही यात्रा सुमारें पाऊण लाखाचे खाली नसते; व त्यापैकीं कित्येक अल्लड सधन शेतकऱ्यांचे मांडीवर खल्लड मुरळ्या बसतांच त्यांजपासून देवब्राह्मण सुवासिनीचे निमित्ताने तूपपोळ्यापुरतें द्रव्य उपटतात. शिवाय शेतकऱ्यांचे भंडारखोबरे, खंडोबा देवापुढें उधळण्याकरितां खरेदी करितेवेळी, भटब्राह्मण वाण्याबरोबर आंतून पाती ठेवून त्यास बरेंच नाडितात.

दर आषाढमासी एकादशीस भटब्राह्मण शिधे देण्याची ऐपत नसणाऱ्या कंगाल शेतकऱ्यापासूनसुद्धा निदान एक पैसातरी दक्षिणा घेतात.

पंढरपुरी एकंदर सर्व शेतकरी आपल्या स्त्रिया व मुलेंबाळें यांसहित चंद्रभागेंत स्नान करितेवेळी भटब्राह्मण नदीचे किनाऱ्यावर उभें राहून, संकल्प म्हणून त्या सर्वांपासून एकेक शिवराई दक्षिणा घेतात. ही यात्रा एक लक्षाचे खाली नसते; व त्यापैकी काही शेतकऱ्यांपासून दहा सुवासिनीब्राह्मणांस व काही शेतकऱ्यापासून निदान एक सुवासिनीब्राह्मणास तूपपोळ्यांचे भोजन देण्यापुरत्या रकमा उपटून माजघरांत आपले घरची मंडळी पात्रावर बसविलेली असते, तेथें प्रत्येक शेतकऱ्यास निरनिराळें नेऊन म्हणतात की, "हे पहा तुमच्या सुवासिनी ब्राह्मण जेवावयास बसत आहेत. त्यांस काही, दक्षिणा देण्याची मर्जी असल्यास द्या, नाहीतर त्यास दुरून नमस्कार करून बाहेर चला म्हणजे ते देवास (विठोबास) नैवेद्य पाठवून जेवावयास बसतील." असे **प्रामाणिक** धंदे करून पंढरपुरांतील शेकडो ब्राह्मण बडवे श्रीमान झाले आहेत.

दर श्रावणमासी नागपंचमीस बिळात शिरणाऱ्या मूर्तिमंत नागाच्या टोपल्या बगलेत मारून शेतकऱ्यांचे आळोपाळीने नागकू दूध पिलाव, "नागदक्षिणां समर्पयामि" म्हणून पैसा गोळा करित फिरण्याची भटब्राह्मणांची वडिलोपार्जित वृत्ति, वैदू व गारोड्यांनी बळकाविली असता त्याजवर ते नुकसानीबद्दल फिर्याद न करिता, केवळ दगडाच्या किंवा चिखलाच्या केलेल्या नागांच्या पूजा करून अज्ञान शेतकऱ्यापासून दक्षिणा घेतात.

पौर्णिमेस श्रावणीच्या निमित्ताने महाराच्या गळ्यांतील काळ्या दोऱ्यांची खबर न घेता कित्येक डामडौली कुणब्यांचे गळ्यात पांढऱ्या दोऱ्याची गागाभटीॽ जानवी

घालताना शिधादक्षिणेवर धाड घालितात. एकंदर सर्व शेतकऱ्यांचे हातात राख्यांचे[३] गंडे बांधून त्यांजपासून एकेक पैसा दक्षिणा घेतात.

वद्यप्रतिपदेस भटब्राह्मण बहुतेक सधन शेतकऱ्यास सप्ताहाचा नाद लावून त्यांचे गळ्यांत विणे घालून त्यांचे इष्टमित्रांचे हातात टाळ देऊन त्या सर्वांस मृदंगाचे नादात पाळीपाळीने रात्रंदिवस पोपटासारखी गाणी गाऊन, नाचता नाचता टणटणा उड्या मारावयास लावून आपण त्यांचेसमोर मोठ्या डौलाने लोडाशी टेकून त्यांच्या गमती थोडा वेळ पाहून, दररोज फराळाचे निमित्ताने त्याजपासून पैसे उपटून गोकुळअष्टमीचे रात्री हरिविजयांतील तिसरा अध्याय वाचून यशोदेचे बाळंतपणाबद्दल चुडेबांगड्यांची सबब न सांगता, शेतकऱ्यांपासून दक्षिणा उपटतात. प्रात:काळी पारण्याचे निमित्ताने शेतकऱ्यांचे खर्चाने करविलेली तुपपोळ्यांची जेवणे आपण प्रथम सारून उरलेले शिळेपाके शेतकऱ्यांसहित टाळकुटे, मृदंगे वगैऱ्यांस ठेवून घरी निघून जातात.

शेवटी श्रावण महिन्यांतील सरते सोमवारी भटब्राह्मण बहुतेक देवभोळ्या अज्ञानी शेतकऱ्यांपासून तूपपोळ्यांची निदान एकतरी सुवासिनीब्राह्मण भोजन घालण्याचे निमित्ताने यथासांग शिधेसामग्र्या घेऊन, प्रथम आपण आपल्या स्त्रिया मुलाबाळांसहित जेवून गार झाल्यावर प्रसादादाखल एकदोन पुरणपोळ्या व भाताची मूद भलत्यासलत्या इस्त्यावर घालून, दुरून शेतकऱ्यांचे पदरात टाकून, त्यांच्या समजुती काढितात.

दर भाद्रपदमासी भटब्राह्मण हरतालिकेचे मिषानें आबालवृद्ध शेतकरणीपासून एकेक, दोनदोन पैसे लुबाडितात.

गणेशचतुर्थीस शेतकऱ्यांचे घरात गणपतीपुढे टाळ्या वाजवून आरत्या म्हणण्याबद्दल त्यांजपासून काही दक्षिणा घेतात. ऋषिपंचमीस रांडमुंड शेतकरणी स्त्रियांस पाण्याचे डबकांत बुचकळ्या मारावयास लावून भटब्राह्मण, शेतकऱ्यांचे जिवावर गणपतीचे संबंधाने दिवसा मोदकांसह तूपपोळ्यांची भोजने सारून वरकांति कीर्तने श्रवण करण्याचे भाव दाखवून आतून अहोरात्र नामांकित कसबिणींच्या सुरतीकडे मंगळ ध्यान लावून त्यांची सुस्वर गाणी ऐकण्यात चूर झाल्यामुळे, शेतकऱ्यांचे घरातील कुंभारी गौरीच्या मुखाकडे ढुंकूनसुद्धा पहात नाहीत.

चतुर्दशीस अनंताचे निमित्ताने शेतकऱ्यांपासून शिधेदक्षिणा घेतात. पितृपक्षांत भटब्राह्मण एकंदर सर्व शेतकरी लोकांत पेंढारगर्दी उडवून त्यांच्यामागे इतके हात धुवून लागतात की, त्यांच्यातील मोलमजुरी करणाऱ्या दीनदुबळ्या निराश्रित रांडमुंड शेतकरणींपासूनही त्यांच्या गणपतीच्या नावाने त्यांजपासून निदान सिधे, दक्षिणा व भोपळ्याच्या फाका घेऊन आपल्या पायांवर डोचकी ठेवल्याशिवाय त्यांची सुटका करीत नाहीत. मग तेथे भोसले, गायकवाड, शिंदे आणि होळकर यांची काय कथा ?

तशांत कपिलषष्ठीचा योग आला की, भटब्राह्मण कित्येक सधन शेतकऱ्यांस

वाई, नाशिक वगैरे तीर्थांचे ठिकाणी नेऊन त्यांजपासून दानधर्माचे मिषाने बरेंच द्रव्य हरण करितात व बाकी उरलेल्या एकंदर सर्व दीनदुबळ्या शेतकऱ्यांपासून स्नान करतेवेळी निदान एकएक पैसा तरी दक्षिणा घेतात.

शेवटी अमावास्येस भटब्राह्मण शिधेदक्षिणांचे लालचीने शेतकऱ्यांचे बैलांच्या पायाच्या पूजा करवितात.

विजयादशमीस घोडे व आपट्यांची झाडे पूजनाचे संबंधाने शेतकऱ्यांपासून दक्षिणा घेऊन कोजागिरीस त्यांचा हात चालल्यास शेतकऱ्यांचे दुधावर सपाटा मारितात.

अमावास्येस लक्ष्मीपूजन व ह्या पूजनाचे संबंधाने शेतकऱ्यापासून लाह्या बत्ताशांसह दक्षिणा घेतात.

दर कार्तिकमासी बलिप्रतिदेस भटब्राह्मण मांगामहाराप्रमाणे हातांत पंचात्या घेऊन शेतकऱ्यास ओवाळता ओवाळता ''इडापिडा जावो आणि वळीचे राज्य येवो'' हा मूळचा खरा अशिर्वाद देऊन शेतकऱ्यांच्या ओवाळण्या न मागतां, हातावर शालजोड्या घेऊन त्यांस यजमानाची नाती लावून शेतकऱ्यांचे घरोघर माली मागत फिरतात.

आळंदीचे यात्रेत शेतकरी आपल्या कुटुंबांसह इंद्रायणीत स्नाने करीत असतां भटब्राह्मण त्या सर्वांपुढे संकल्प म्हणून त्यांजपासून एकेक पैसा दक्षिणा घेतात. ही यात्रा सुमारें पाऊण लक्षाचे खाली नसते. नंतर द्वादशीस देवब्राह्मणसुवासिनीचे निमित्ताने कित्येक देवभोळ्या शेतकऱ्यांपासून तूपपोळ्यांची व त्यातून कोणी फारच दरिद्री असल्यास त्याजपासून साधा सिधा घेऊन आपापले कुटुंबासह भोजने करून त्या सर्व अज्ञानी भाविकांस तोंडी पोकळ अशिर्वाद मात्र देतात.

शिवाय भोवर गावातील अज्ञानी शेतकऱ्यांस पंधरवड्याचे वारीचे नादी लावून त्या सर्वांपासून बारा महिने दर द्वादशीस पाळीपाळीने तूपपोळ्यांची ब्राह्मणभोजने काढितात. इतकेच नव्हे परंतु कित्येक परजिल्ह्यातील सधन शेतकऱ्यांस चढी पेटवून त्यांपासून तूपपोळ्यांची सहस्रभोजने घालवितात. शेवटी परगांवचे शेतकऱ्यांचे पंचानी अदावतीने गुन्हेगार ठरवून पाठविलेल्या शेतकऱ्यांचे क्षौर करवून त्यांस प्रायश्चिताचे निमित्ताने थोडे का नागवितात ?

वद्य द्वादशीस भटब्राह्मण शेतकऱ्यांचे अंगणातील तुळशीवृंदावनासमोर धोतराचा अंतरपाट धरून मंगलाष्टकांचे ऐवजी दोन चार श्लोक व आर्या म्हणून तुळशीची लग्ने लावून शेतकऱ्यापासून आरतीचे पैशासह ओटीपैकी काही सामान हाती लागल्यास गोळा करून जातात.

दर पौषमासी मकरसंक्रांतीस भटब्राह्मण शेतकऱ्यांचे घरी संक्रांतफळ वाचून त्यांजपासून दक्षिणा घेतात, व कित्येक अक्षरशून्य देवभोळ्या शेतकऱ्यांस अगाध

पुण्यप्राप्तीची लालूच दाखवून त्यांजकडून मोठ्या उल्हासाने त्यांची उसांची स्थळे भटब्राह्मणांकडून लुटवितात.

दर माघमासी महाशिवरात्रीस भटब्राह्मण कित्येक शेतकऱ्यांचे आळीतील देवळांनी शिवलीलामृताच्या अवृत्या करून सूर्यादयाचे पूर्वी समाप्ति करतेवेळी त्यांजपासून ग्रंथ वाचण्याबद्दल शिधेदक्षिणा उपटून नेतात.

दर फाल्गुनमासी होळीपूजा करितांच, शेतकऱ्यांजवळचे द्रव्य उडाले यास्तव म्हणा, अगर हिंदूधर्माचे नावाने ठणाणा बोंबा मारितात, तरी हे भटजीबुवा त्यांजपासून काही दक्षिणा घेतल्याविना त्यांस आपापल्या डोचक्यात धूळमाती घालण्याकरिता मोकळीक देत नाहीत.

सदरी लिहिलेल्या प्रतिवर्षी येणाऱ्या सणांशिवाय मधूनमधून चंद्रग्रहण, सूर्यग्रहण व ग्रहांचे उलटापालटीचे संबंधाने शेतकऱ्यापासून भटब्राह्मण नाना प्रकारची दाने घेऊन एकंदर सर्व पर्वण्या पाळीपाळीने बगलेत मारून, व्यतिपात भाऊबळाने शेतकऱ्यांचे आळोआळीने भीक मागत फिरतात. शिवाय शेतकऱ्यांचे मनावर हिंदुधर्माचे मजबूत वजन बसून त्यांनी निःसंग होऊन आपले नादी लागावे म्हणून, सधन शेतकऱ्यांचे घरोघर रात्री भटब्राह्मण कधी कधी पांडवप्रताप वगैरे भाकड पुराणांची पारायणे करून त्यांजपासून पागोट्याधोत्रासह द्रव्यावर घाला घालून, कित्येक निमकहरामी भटब्राह्मण आपल्या शेतकरी यजमानाच्या सुनाबाळांस नादी लावून त्यांस कुकूचकू करावयास शिकवितात. त्यातून अधीमधी संधान साधल्यास शेतकऱ्यांचे घरी भटब्राह्मण सत्यनारायणाच्या पूजा करवून प्रथम शेतकऱ्यांचे केळांत सव्वा शेरांचे मानाने निर्मळ रवा, निरसे दूध, लोणकढे तूप, व धुवासाखर घालून तयार करविलेले प्रसाद घशांत सोडून नंतर आपल्या मुलांबाळासहित तूपपोळ्यांची भोजने सारून, त्यांजपासून यथासांग दक्षिणा बुचाडून, उलटे शेतकऱ्यांचे हाती कंदिल देऊन घरोघर जातात.

इतक्यात शेतकऱ्यांपैकी काही दुबळे स्त्री-पुरुष चुकून राहिल्यास भटपुराणिक त्या सर्वास भलत्या एकाद्या देवळांत दररोज रात्री जमा करून त्यांस राधाकृष्णाची लीला वगैरेसंबंधी पुराणे श्रवण करण्याचे नादी लावतात. समाप्तीचे समयी त्या सर्वांत चढाओढीत पेटवून त्यांजपासून तबकांत भल्या मोठ्या महादक्षिणा जमा केल्यानंतर, शेवटी त्यांच्या निराळ्या वर्गणीच्या खर्चाने आपण मोठ्या थाटाने पालख्यांत बसून एकंदर सर्व श्रोतेमंडळीस मागेपुढे घेऊन मिरवत मिरवत बरोबर जातात.

कित्येक भटब्राह्मण मोठमोठ्या देवळांतील विस्तीर्ण सभामंडपांत आपल्यांपैकी एखाद्या देखण्या ज्वानास कवळेबुवा बनवून त्याचे हातात चिपळ्या वीणा देऊन बाकी सर्व त्याचेमागे ओळीने तालमृदुंगाचे तालांत मोठ्या प्रेमाने ''राधा कृष्ण राधा''

म्हणता म्हणता नाच्यापोरासारखे हावभाव करून दर्शनास येणाऱ्या जाणाऱ्या सधन रांडमुंडीस आपले नादी लावून आपली पोटे भरून मोठ्या मौजा मारितात.

कित्येक मतिमंद भटब्राह्मणांस भटपणाचा धंदा करून चैना मारण्यापुरती अक्कल नसल्यामुळे ते आपल्यापैकी एखाद्या अर्धवेड्या भांग्यास बागलकोटचे स्वामी बनवून बाकीचे भटब्राह्मण गावोगाव जाऊन "स्वामी सर्वांचे मनांतील वासना मनकवड्यासारख्या जाणून त्यापैकी काही पूर्ण होण्याविषयी अन्यमार्गाने बोलून दाखवितात.'' अशा नाना प्रकारच्या लोणकढ्या थापा अज्ञानी शेतकऱ्यांस देऊन त्यांस स्वामीचे दर्शनास नेऊन तेथे त्याचे द्रव्य हरण करितात.

सदरी लिहिलेल्या एकंदर सर्व भटब्राह्मणांच्या धर्मरूपी चरकांतून शेतकऱ्यांची मस्ती जिरली नाही, तर भटब्राह्मण बदरीकेदार वगैरे तीर्थयात्रेचे नादी लावून शेवटी त्यांस काशीप्रयागास नेऊन तेथे त्यास हजारो रुपयास नागवून त्यांच्या दाढ्यामिशा बोडून त्यांस त्यांचे घरी आणून पोहोचवितात. व शेवटी त्याजपासून मावद्यांचे निमित्ताने मोठमोठाली ब्राह्मणभोजने घेतात.

अखेर शेतकऱ्याचे मरणानंतर भटब्राह्मण स्मशानी कारट्यांची सोंगे घेऊन त्यांचे पुत्राकडून दररोज नाना प्रकारचे विधि करवून त्याचे घरी दररोज गरुडपुराणे वाचन, दहावे दिवशी धनकवडी वगैरे डिपोवरील वतनदार कागभटजीस कॉव, कॉव म्हणून, पिंडप्रयोजनाचा मानपान देऊन त्यांजपासून गरुडपुराणाचे मजुरीसहित निदान तांबे, पितळ्या, छत्र्या, काठ्या, गाद्या व जोडे दान घेतात. पुढे शेतकऱ्यांची एकंदर सर्व मुले मरेपावेतो त्याजपासून मयताचे श्राद्धपक्षास पिंडदाने करवितेवेळी त्याचे ऐपतीचे, मानाने शिधे व दक्षिणांची वर्षासने घेण्याची वहिवाट त्यांनी ठेविली आहे. ती ही की, शेतकरी यजमानास मोठी लाडीगोडी लावून कोणास कारभारी, कोणास पाटील, कोणास देशमुख वगैरे तोंडापुरत्या पोकळ पदव्या देऊन, त्यांजपासून भटब्राह्मण आपले मुलामुलींचे लग्न वगैरे समयी केळीच्या पानांसह भाजीपाले फुकट उपटून, त्यांजवर आपली छाप ठेवण्याकरिता शेवटी एखादे प्रयोजनांत त्या सर्वांस आमंत्रणे करून मांडवांत आणून बसवितात, व प्रथम आपण आपले जातवाल्या स्त्रीपुरुषांसह भोजने सारून उठल्यानंतर तेथील सर्व एकंदर पात्रांवरील खरकट्याची नीटनेटकी प्रतवार निवड करून त्यांस आपले शूद्र चाकरांचे पंक्तीस बसवून ती सर्व खरकटी मोठ्या काव्या डाव्याने नाना तऱ्हेचे सोवळेचाव करून दुरूनच वाढितात; परंतु बाजारबसव्या काड्यामहालांतील शेतकऱ्यांच्या हंगामी वेसवा रांडांच्या मुखास चुंबनतुंबड्या लावून त्यांच्या मुखरसाचे धुडके⁴ घेण्याचा काडीमात्र विधिनिषेध न करता, ते आपले यजमान शेतकऱ्यांस इतके नीच मानितात की, ते आपल्या अंगणांतील हौदास व आडास स्पर्शसुद्धा करू देत नाहीत; मग त्यांच्याशी रोटी व बेटीव्यवहार कोण करितो ?

सदरचे हकिगतीवरून कोणी अशी शंका घेतील की, शेतकरी लोक आज दिवसपावेतो इतके अज्ञानी राहून भटब्राह्मणांकडून कसे लुटले जातात ? यास माझे उत्तर असे आहे की, पूर्वी मूळच्या आर्य भटब्राह्मणांचा या देशांत अम्मल चालू होताच त्यांनी आपल्या हस्तगत झालेल्या शूद्र शेतकऱ्यास विद्या देण्याची आटोकाट बंदी करून, त्यास हजारो वर्षे मन मानेल तसा त्रास देऊन लुटून खाल्ले, याविषयी त्यांच्या मनुसंहितेसारखे मतलबी ग्रंथात लेख सापडतात. पुढे काही काळाने चार नि:पक्षपाती पवित्र विद्वानास ब्रह्मकपटाविषयी बरे न वाटून त्यांनी बौद्ध धर्माची स्थापना करून, आर्य ब्राह्मणांच्या कृत्रिमी धर्माचा बोजवर करून या गांजलेल्या अज्ञानी शूद्र शेतकऱ्यांस आर्यभटांचे पाशांतून मुक्त करण्याचा झपाटा चालविला होता इतक्यांत आर्य मुगुटमण्यांतील महाधूर्त शंकराचार्यांनी बौद्धधर्मी सज्जनांबरोबर नाना प्रकारचे वितंडवाद घालून त्यांचा हिंदुस्थानांत मोड करण्याविषयी दीर्घ प्रयत्न केला. तथापि बौद्ध धर्माच्या चांगुलपणाला तिलप्राय धोका न बसता उलटी त्या धर्माची दिवसेदिवस जास्त बढती होत चालली. तेव्हा अखेरीस शंकराचार्यांनी तुर्की लोकांस मराठ्यांत सामील करून घेऊन त्यांजकडून तरवारीचे जोराने येथील बौद्ध लोकांचा मोड केला. पुढे आर्य भटजीस गोमांस व मद्य पिण्याची बंदी करून, अज्ञानी शेतकरी लोकांचे मनावर वेदमंत्र जादूसहित भटब्राह्मणांचा दरारा बसविला.

त्यावर काही काळ लोटल्यानंतर हजरत महतद पैंगबराचे जहामर्द शिष्य, आर्य भटांचे कृत्रिमिधर्मांसहित सोरटी सोमनाथासारख्या मूर्तींचा तरवारीचे प्रहारांनी विध्वंस करून, शूद्र शेतकऱ्यांस आर्यांचे ब्रह्मकपटांतून मुक्त करू लागल्यामुळे, भटब्राह्मणांतील मुकुंदराज व ज्ञानोबांनी भागवतबखरींतील काही कल्पित भाग उचलून त्यांचे प्राकृत भाषेंत विवेकसिंधु व ज्ञानेश्वरी या नावाचे डावपेची ग्रंथ करून शेतकऱ्यांची मने इतकी भ्रमिष्ठ केली की, ते कुराणासहित महमदी लोकांस नीच मानून त्यांचा उलटा द्वेष करूं लागले. नंतर थोडा काळ लोटल्यावर तुकाराम या नावाचा साधु शेतकऱ्यांमध्ये निर्माण झाला. तो शेतकऱ्यांतील शिवाजीराजास बोध करून त्याचे हातून भटब्राह्मणांच्या कृत्रिमी धर्माची उचलबांगडी करून शेतकऱ्यास त्यांच्या पाशांतून सोडवील, या भयास्तव भटब्राह्मणांतील अट्टल वेदांती रामदासस्वामींनी महाधूर्त गागाभटाचे संगनमताने अक्षरशून्य शिवाजीचे कान फुंकण्याचे सट्टल ठरवून, अज्ञानी शिवाजीचा व निस्पृह तुकारामबुवांचा पुरता स्नेहभाव वाढू दिला नाही. पुढे शिवाजीराजाचे पाठीमागे त्याच्या मुख्य भटपेशव्या सेवकाने शिवाजीचे औरस वारसास सातारचे गडावर अटकेत ठेविले. पेशव्याचे अखेरीचे कारकीर्दीत त्यांनी गाजररताळ्यांची वरू व चटणीभाकरीवर गुजारा करणाऱ्या रक्त्यालंगोट्या शेतकऱ्यापासून वसूल केलेल्या पट्टीच्या द्रव्यांतून, त्यांच्या शेतीस पाण्याचा पुरवठा व्हावा म्हणून धरणे वगैरे बांधकामाकडे एक छदाम खर्च न घालता, पर्वतीचे रमण्यांत वीसवीस पंचवीसपंचवीस

हजार भटब्राह्मणांस मात्र शलजोड्या वगैरे बक्षिसे देण्याचा भडिमार उठविला व हमेशा पेंढाऱ्यांनी लुटून फस्त केलेल्या शेतकऱ्यांपासून सक्तीने वसूल केलेल्या जामदारखान्यांतून अज्ञानी शेतकऱ्यांस निदान प्राकृत विद्या देण्याकरितांही दमडीच्या कवड्या खर्ची न घालतां, ब्राह्मणाची मतलबी धर्मशास्त्रे शिकणाऱ्या भटब्राह्मणांस शेकडो रुपयांची वर्षासने देण्याची चंगळ उडवून, पर्वतीचे रमण्यातील कोंडवाड्यांत मात्र एकंदर ओगराळ्यांनीं मोहरापुतळ्यांची खिरापत वाटण्याची बाजीराव पेशवेसाहेबांनी मोठी धूम उडविली, म्हणून आम्हांस फारसे नवल वाटत नाही. कारण राबबाजी हे अस्सल आर्य जातीचे ब्राह्मण होते. सबब तसल्या पक्षपाती दानशूराने पर्वतीसारख्या एखाद्या संस्थानांत शेतकऱ्यांपैकी काही अनाथ रांडमुंडीची व निराश्रित पोरक्या मुलीमुलांची सोय केली नाही, फक्त आपल्या᾽ जातीतील भटब्राह्मण, गवई पुजारी व चारपाच हिमायती अगांतुक भटब्राह्मणांस दररोज प्रात:काळी अंघोळीस ऊन पाणी व दोन वेळा प्रतिदिवशी पहिल्या प्रतीची भोजने मिळण्याची सोय करून, हरएक निरशनास दूध पेढे वगैरे फराळाची, आणि पारण्यास व एकंदर सर्व सणावरांस त्यांचे इच्छेप्रमाणे पक्वान्नांची रेलचेल उडवून त्या सर्वांस अष्टोप्रहर चौघड्यासहित गवयांचीं गाणींबजावणी ऐकत बसवून मौजा मारण्याची यथास्थित व्यवस्था लावून ठेवली आहे.

या वहिवाटी आमचे भेकड इंग्रज सरकारनी जशाच्या तशाच आज दिवसपावेतो चालू ठेवून त्याप्रीत्यर्थ कष्टाळू शूद्रादि अतिशूद्र शेतकऱ्यांचे निढळाचे घामाचे पट्टीचे द्रव्यांतून हजारों रुपये सालदरसाल खर्ची घालते.

सांप्रत कित्येक शूद्रादि अतिशूद्र शेतकरी ख्रिस्ति धर्म स्वीकारून मनुष्यपदास पावल्याने, भटब्राह्मणाचे महत्त्व कमी होऊन त्यांना स्वत: मोलमजुरीची कामे करून पोटे भरण्याचे प्रसंग गुदरत चालले आहेत, हे पाहून कित्येक धूर्त भटब्राह्मणांस खुल्या हिंदुधर्मास पाठीशी घालून नाना प्रकारचे नवे समाज उपस्थित करून त्यामध्ये अपरोक्ष रीतीने महमदी व ख्रिस्ति धर्माच्या नालस्ती करून त्याविषयी शेतकऱ्यांची मने भ्रष्ट करीत आहेत. असो. परंतु पुरातन मूर्तिपूजोत्तेजक ब्रह्मवृंदातील काका व सार्वजनिक सभेचे पुढारी जोशीबुवा यांनी हिंदुधर्मातील जातीभेदाच्या दुरभिमानाचे पटल आपल्या डोळ्यांवरून काढून शेतकरी लोकांची स्थिति पाहिली असती तर, ते एकपक्षीय धर्माच्या प्रतिबंधाने नाडलेल्या बिचाऱ्या दुर्दैवी शेतकऱ्यांस अज्ञानी म्हणण्यास धजवले नसते; व जर ते आमच्या इंग्रज सरकारास शेतकऱ्यांवर होणाऱ्या धर्माच्या जुलुमाची यथातथ्य माहिती करून देते, तर कदाचित् त्यास दयेचा पाझर फुटून ते भूदेव भटब्राह्मण कामगारांची शूद्रास विद्या देण्याच्या कामांत मसलत न घेतां त्यांस ती देण्याकरिता निराळे उपाय योजिते.

सारांश, पिढीजात अज्ञानी शेतकऱ्यांचे द्रव्याची व वेळेची भटब्राह्मणांकडून

इतकी हानि होते की, त्याजला आपली लहान मुलेसुद्धा शाळेत पाठविण्याचे त्राण उरत नाही व याशिवाय आर्यभट्टऋषींनी फार पुरातन काळापासून ''शूद्र शेतकऱ्यास ज्ञान देऊ नये'' म्हणून सुरू केलेल्या वहिवाटीची अज्ञानी शेतकऱ्यांचे मनावर धास्ती तशीच असल्यामुळे त्यांना आपली मुले शाळेत पाठविण्याचा हिय्या होत नाही आणि हल्लीचे आमचे दयाळू **गव्हर्नर जनरलसाहेबांनी पाताळचे अमेरिकन लोकसत्ताक** राज्यांतील महाप्रतापी जॉर्ज वाशिंगटन ताताचा कित्ता घेऊन, येथील ब्राह्मण सांगतील तो धर्म आणि इंग्रज करतील ते कायदे मानणाऱ्या अज्ञानी शूद्रादि अतिशूद्रांस, विद्वान भटब्राह्मणांप्रामणेंच म्युनिसिपालिटींत आपले वतीने मुखत्यार निवडून देण्याचा अधिकार दिला आहे खरा, परंतु या प्रकरणांत भटब्राह्मण आपले विद्येचे मदांत सोवळ्या ओवळ्याच्या तोऱ्यांनी अज्ञानी शूद्रादि अतिशूद्र लोकांशी छक्केपंजे करून त्यांना पुढे ठकवू लागल्यास आमचे दयाळू गव्हर्नर जनरलसाहेबांचे माथ्यावर कदाचित् अपयशाचे खापर न फुटो, म्हणजे भटब्राह्मणांचे घोडे गंगेत न्हाले, असे आम्ही समजू.

---

१. Sir William Jones, Vol. IV, page 111.

२. शुद्र लोकांत जानवी घालण्याचा प्रथम प्रचार नव्हता. गागाभट याने शिवाजीराजापासून सुवर्णतुला दान घेऊन त्यास जानवे घातले, तेव्हापासून ही चाल पडली आहे.

३. या राख्या सुताच्या असून एक पैशास सुमारे २५ मिळतात.

४. A Sepoy Revolt by Henry Mead, pages 12 and 23.

५. A Sepoy Revolt by Henry Mead, page 133.
    Having received an English education, he * was a frequent visitor at the tables of Europeans of rank and was in the habit of entertaining them in turn at Bhitoor, etc.

* The adopted son of the late BajeeRao, the ex-Peishwa of the Marattas.

२

सरकारी गोरे अधिकारी हे बहुतकरून ऐषआरामात गुंग असल्यामुळें त्यांना शेतकऱ्यांचे वास्तविक स्थितीबद्दल माहिती करून घेण्याइतकी सवड होत नाही व या त्यांच्या गाफीलपणानें एकंदर सर्व सरकारी खात्यांत ब्राह्मण कामगारांचे प्राबल्य असतें. या दोन्ही कारणांमुळे शेतकरी लोक इतके लुटले जातात की, त्यांस पोटभर भाकर व अंगभर वस्त्रही मिळत नाही.

एकंदर सर्व हिंदुस्थानात पूर्वी काही परदेशस्थ व यवनी बादशाहा व कित्येक स्वदेशीय राजे या सर्वांजवळ शूद्र शेतकऱ्यांपैकी लक्षावधि सरदार, मानकरी, शिलेदार, बारगीर, पायदल, गोलंदाज, माहूत, उंटवाले व अतिशूद्र शेतकऱ्यांपैकी मोतद्दार चाकरीस असल्यामुळे, लक्षावधी शूद्रादि अतिशूद्र शेतकरी लोकांचे कुटुंबास शेतसारा देण्याची फारशी अडचण पडत नसे. कारण बहुतेक शेतकऱ्याच्या कुटुंबातील निदान एखाद्या मनुष्यास तरी लहानमोठी सरकारी चाकरी असावयाचीच. परंतु हल्ली सदरचे बादशहा, राजेरजवाडे वगैरे लयास गेल्यामुळे सुमारें पंचवीस लक्षांचें वर शूद्रादि अतिशूद्र शेतकरी वगैरे लोक बेकार झाल्यामुळे त्या सर्वांचा बोजा शेतकी करणारांवर पडला आहे.

आमच्या जहामर्द इंग्रज सरकारच्या कारस्थानाने एकंदर सर्व हिंदुस्थानांत हमेशा लढायांचे धुमाळ्यांत मनुष्यप्राण्यांचा वध होण्याचें बंद पडल्यामुळे चहूंकडे शांतता झाली खरी, परंतु या देशांत स्वाऱ्या,शिकारी बंद पडल्यामुळें एकंदर सर्व लोकांचें शौर्य व जहामर्दी लयास जाऊन राजेरजवाडे ''भागू बाया'' सारखे दिवसा सोवळें नेसून देवपूजा करण्याचे नादांत गुंग होऊन रात्री निरर्थक उत्पत्ति वाढविण्याचे छंदात लंपट झाल्यामुळें, येथील चघळ खानेसुमारी मात्र फार वाढली. यामुळे सर्व शेतकऱ्यांमध्ये भाऊहिस्से इतके वाढले की, कित्येकांस आठआठ, दहा दहा पाभरींचे पेऱ्यावर गुजारा करावा लागतो, बैल जवळ बाळगण्याची ऐपत नसल्यामुळें ते आपली शेते एकदोन अर्धेलीने अथवा खंडाने देऊन, आपली मुलेंमाणसे बरोबर घेऊन कोठेंतरी परगांवी मोलमजुरी करून पोट भरण्यास जातात.

पूर्वी ज्या शेतकऱ्याजवळ फारच थोडीं शेतें असत, व ज्याचा आपले शेतीवर निर्वाह होत नसे, ते आसपासचे डोंगरावरील दऱ्याखोऱ्यांतील जंगलातून उंबर, जांभूळ वगैरे झाडांची फळें खाऊन व पळस, मोहा, इत्यादी झाडांची फुलें, पाने आणि जंगलांतून तोडून आणलेला लाकूडफाटा विकून, पेट्टीपासोडीपुरता पैसा जमा करीत व गावाचे गायरानाचे भिस्तीवर आपल्याजवळ एक दोन गायी व दोनचार शेरड्या पाळून त्यांच्यावर जेमतेम गुजारा करून मोठ्या आनंदाने आपआपल्या गावींच रहात असत. परंतु आमचे मायबाप सरकारचे कारस्थानी युरोपियन कामगारांनीं आपली विलायती अष्टपैलू अक्कल सर्व खर्ची घालून भले मोठे टोलेजंग जंगलखाते नवीनच उपस्थित करुन, त्यामध्ये एकंदर सर्व पर्वत, डोंगर, टेकड्या दरीखोरी व त्यांचे भरीस पडिक जमिनी व गायराने घालून फॉरेस्टखाते शिखरास नेल्यामुळे दीनदुबळ्या पंगु शेतकऱ्यांचे शेरडाकरडांस या पृथ्वीचे पाठीवर रानचा वारासुद्धा खाण्यापुरती जागा उरली नाही. त्यांनी त्यांचे हाताखाली किरकोळ कामे करून आपली पोटे भरावीत तर इंग्लडातील कारागीर लोकांनी रूचिरूचीच्या दारू-बाटल्या, पाव, बिस्कुटे, हलवे, लोणचीं लहानमोठ्या सुया, दाभण, चाकू, कातऱ्या, शिवणाची यंत्रे, भाते, शेगड्या, रंगीबेरंगी बिलोरी सामान. सूत, दोरे, कापड, शाली, हातमोजे, टोप्या, काठ्या, छत्र्या, पितळ, तांबे, लोखंडी पत्रे, कुलुपे, किल्ल्या, डांबरी कोळसे, तऱ्हेतऱ्हेच्या गाड्या, हारनिसे, खोगिरे, लगाम, शेवटी पायपोस यंत्रद्वारे तेथे तयार करून, येथे आणून स्वस्त विकू लागल्यामुळे, येथील एकंदर सर्व मालास मंदी पडल्याकारणाने येथील कोष्टी, साळी, जुलयी, मोमीन इतके कंगाल झाले आहेत कीं, त्यांपैकी कित्येक विणकर लोक अतिशय मंदीचे दिवसांत उपाशी मरू लागल्यामुळे अब्रुस्तव कधी कधी चोरून छपून आपला निर्वाह डाळीच्या चुणीवर, कित्येक तांदळाच्या व गव्हाच्या कोंड्यावर व कित्येक आंब्यांच्या कोयांवर करितात. कित्येक पद्मसाळी, घरातील दातांशी दात लावून बसलेल्या बायकापोरांची स्थिति पहावेनाशी झाली म्हणजे, संध्याकाळी नि:संग होऊन दोनचार पैशांची उधार शिंदी पिऊन घरात जाऊन मुढ्यासारखे पडतात. कित्येक पद्मसाळी गुजरमारवाड्यांकडून मजुरीने वस्त्रे विणावयास आणलेले रेशीम व कलाबूत येईल त्या किंमतीस विकून आपल्या मुलांबाळांचा गुजरा करून गुजरमारवाड्यांचे हाती तुरी देऊन रातोरात परगावी पळून जातात. अशा पोटासाठी लागलेल्या बुभुक्षित कसबी लोकांनी रिकाम्या शेतकऱ्यांस मदत कशी व कोणती द्यावी ?

दुसरे असे की, शूद्रादि अतिशूद्रांवर पुरातनकाळी आपले वाडवडिलांनी महत्त्रयासांनीं व कष्टांनी मिळविलेले वर्चस्व चिरकाळ चालावे, व त्यांनी केवळ घोडा, बैल, वगैरे जनावरांसारखे बसून आपणांस सौख्य द्यावे, अथवा निर्जीव शेते होऊन आपणासाठी जरूरीचे व ऐशरामाचे पदार्थ उत्पन्न करावेत, या इराद्याने आटक नदीचे पलीकडेस

हिंदु लोकांपैकी कोणी जाऊ नये, गेले असता तो भ्रष्ट होतो अशी बाब ब्राह्मण लोकांनी हिंदु धर्मात घुसडली. यापासून ब्राह्मण लोकांचा इष्ट हेतु सिद्धीस गेला; परंतु इतर लोकांचें फारच नुकसान झालें. परकीय लोकांच्या चालचलणुकीचा त्यांस पडोसा न मिळाल्यामुळेच ते खरोखर आपणास मानवी प्राणी न समजता, केवळ जनावरे समजू लागले आहेत. इतर देशांतील लोकांशी व्यापारधंदा अगदीं नाहीसा झाल्याने ते कंगाल होऊन बसले; इतकेच नाही परंतु ''आपले देशांत सुधारणा करा. आपले देशांत सुधारणा करा,'' अशी जी सुधारलेले ब्राह्मण लोक निदान बाह्यात्कारी हल्ली हाकाटी पिटीत आहेत, त्यांस कारण त्यांची ही वर जाणविलेली धर्माची बाब कारण झाली असावी, लोकांचे तर अतिशय नुकसान झाले. आणि त्यांस ती पुढे किती भयंकर स्थितीस पोहोचवील, याचा अदमास खऱ्या देशकल्याणोच्छुखेरीज कोणासही लागणार नाही.

आतां कोणी अशी शंका घेतील की, गरीब शेतकऱ्यांनी, ज्या शेतकऱ्यांजवळ भरपूर शेते असतील, त्यांचे हाताखाली मोलमजुरी करून आपला निर्वाह करावा, तर एकंदर सर्व ठिकाणी संतति जास्त वाढल्यामुळे काही वर्षे पाळीपाळीने शेते पडिक टाकण्यापुरतो भरपूर शेते शेतकऱ्यांजवळ उरली नाहीत, तेणेकरून शेतास विसावा न मिळता ती एकंदर सर्व नापीक झाली. त्यांत पूर्वीप्रमाणे पिके देण्यापुरते सत्त्व शिल्लक राहिले नाही. त्यांना आपल्या कुटुंबाचाच निर्वाह करिता करिता नाकी दम येतात, तेव्हा त्यांनी आपल्या गरीब शेतकरी बांधवास मोलमजुरी देऊन पोसावे असे कसे, होईल बरें ? अशा चोहोकडून अडचणीत पडलेल्या बहुतेक शेतकऱ्यांस आपली उघडीं नागडी मुले शाळेत पाठविण्याची सवड होत नाही, व हे सर्व आमच्या दूरदृष्टी सरकारी कामगारास पक्केपणी माहीत असून ते सर्व अज्ञानी, मुक्या शेतकऱ्यास विद्या देण्याच्या मिषाने सरसकटीने लाखो रूपये लोकलफंड गोळा करितात व त्यांपैकी एक तृतियांश रक्कम नांवाला विद्याखातीं खर्चीं घालून कोठें कोठें तुरळक तुरळक शाळा घातल्या आहेत. त्या शाळेंत थोडीबहुत शेतकरी आपली मुलें पाठवितात. परंतु त्यांचे मुलांस शिकविणारे शिक्षक स्वत: शेतकरी नसल्यानें त्यांस असावी तशी आस्था असते काय ? जे लोक आपल्या मतलबी धर्माच्या बडिबारामुळें शेतकऱ्यास नीच मानून सर्वकाळ स्नानसंध्या व सोंवळेचार करणारे, त्यांजपासून शेतकऱ्यांचे मुलांस यथाकाळीं योग्य शिक्षण न मिळतां, ते जसेचे तसेच ठोंबे रहातात, यात नवल नाहीं. कारण आजपावेतों शेतकऱ्यांपासून वसूल केलेल्या लोकलफंडाचे मानानें शेतकऱ्यांपैकी कांही सरकारी कामगार झाले आहेत काय ? व तसें घडून आलें असल्यास ते कोणकोणत्या खात्यांत कोणकोणत्या हुद्यांची कामें करीत आहेत ? याविषयीं आमचे वाकबगार शाळाखात्यांतील डिरेक्टरसाहेबांनीं नांवनिशीवार पत्रक तयार करून सरकारी ग्याझिटांत छापून प्रसिद्ध

केल्यास, शेतकरी आपले मायबाप सरकारास मोठ्या उल्हासानें जेव्हा दुवा देतील, तेव्हा सरकारी ग्याझिटियर मायबापांचे डोळे उघडतील. कारण खेड्यापाड्यांतून जेवढे म्हणून शिक्षक असतात, ते सर्व बहुतकरून बाह्मण जातीचेच असतात. त्यांचा पगार आठबारा रूपयांचे वरीं नसतो. व ज्यांची योग्यता पुण्यासारख्या शहरांत चारसहा रूपयांचे वरतीं नसते, असले पोटार्थी अविद्वान ब्राह्मण शिक्षक, आपला मतलबी धर्म व कृत्रिम जात्याभिमान मनांत दृढ धरून, शेतकऱ्यांचे मुलांस शाळेंत शिकवतां शिकवतां उघड रीतीनें उपदेश करितात कीं, ''तुम्हाला विद्या शिकून कारकुनांच्या जागा न मिळाल्यास आम्हासारखी पंचांगें हातीं घेऊन घरोघर भिक्षा का मागावयाच्या आहेत ?''

अशा अज्ञानी शेतकऱ्यांच्या शेतांची दर तीस वर्षांनी पैमाष करितांना, आमचे धर्मशील सरकारचे डोळे झाकून प्रार्थना करणारे युरोपियन कामगार, शेतकऱ्यांचे बोडक्यावर थोडीतरी पट्टी वाढविल्याशिवाय शेवटी 'आमेन' ची आरती म्हणून आपल्या कंबरा सोडीत नाहीत. परंतु सदाचें काम चालू असतां शिकारीचे शोकी युरोपियन कामगार ऐषआराम व ख्यालीखुशालींत गुंग असल्यामुळें त्यांचे हाताखालेचे धूर्त ब्राम्हण कामगार अज्ञानी शेतकऱ्यास थोडे का नागवितात ? व युरोपियन कामगार त्यांजवर बारीक नजर ठेवितात काय ?

जेव्हा अज्ञानी व मूढ शेतकऱ्यांत आपसांत शेताच्या बांधाबद्दल किंवा समाईक विहिरीवर असलेल्या भाऊबंदकीच्या पाणपाळीसंबंधीं थोडीशी कुरबुर होऊन मारामारीं झाली कीं, कळीचे नारद भट कुळकर्णी हे दोन्ही पक्षांतील शेतकऱ्यांचे आळींनी जाऊन त्यांस निरनिराळे प्रकारचे उपदेश करून, दुसरे दिवशीं त्यांपैकीं एक पक्षास भर देऊन त्यांचे नांवाचा अर्ज तयार करून त्यास मामलेदाराकडे पाठवितात. पुढे प्रतिवादी व साक्षीदार हे, समन्स घेऊन आलेल्या पट्टेवाल्यास बरोबर घेऊन आपआपलीं समन्स रूजूं करण्याकरितां कुळकण्यांचे वाड्यांत येतात, व त्यांची समन्से रूजूं करून शिपायास दरवाज्याबाहेर घालवितांच दोन्ही पक्षकारांस पृथक् पृथक् एकें बाजूला नेऊन सांगतात कीं, ''तुम्ही अमक्या व तुम्ही तमक्या वेळी मला एकांती येऊन भेटा, म्हणजे त्याविषयीं एखादी उत्तम तोड काढूं'' नंतर नेमलेल्या वेळीं वादी व त्याचे पक्षकार घरीं आल्यावर त्यास असें सांगावयाचें कीं, ''तुम्ही फार तर काय परंतु अमुक रकमेपर्यंत मन मोठें कराल, तर मामलेदारसाहेबांचे फडनविसांस सांगून तुमचे प्रतिवादीस कांहींना कांहीं तरी सजा देववितो. कारण ते केवळ फडनविसांचे हातात आहेत. मी बोलल्याप्रमाणे काहींच घडून न आणल्यास, मी तुमची रक्कम त्याजपासून परत घेऊन तुम्हास देईन व माझे श्रमांबद्दल बहिरोबा तुम्हास जी बुद्धि देईल तेंच द्या किंवा काहींच दिलें नाहीं तरी चिंता नाहीं. माझी काही त्याविषयीं तक्रार नाहीं. तुम्हांला यश आलें म्हणजे आम्ही सर्व मिळविलें.'' नंतर प्रतिवादीचे पक्षकाराकडून

वादीचे दुपटीनें व आपले श्रमांबद्दल कांहीं मिळून रक्कम घेऊन त्याजबरोबर असा करार करावयाचा कीं, "मी सांगतों तशी तुम्ही तकरार देऊन त्याबद्दल दोनतीन बनावट साक्षीदार द्या, म्हणजे फडनविसास सांगून तुमच्या केसासही धक्का लागूं देणार नाहीं, कारण त्याचें वजन मामलेदारसाहेबांवर कसें काय आहे, हें तुम्हाला टाऊकच आहे. व आतां मीं तुम्हाबरोबर करार केल्याप्रमाणें तुमचें काम फत्ते न झाल्यास त्याच दिवशीं तुमची रक्कम त्याजपासून परत आणून तुमची तुम्हास देईन. परंतु माझे श्रमाबद्दलचे घेतलेल्या रुपयांतून तुम्हांस एक कवडी परत करणार नाहीं, हे मी आतांच सांगतो; नाहींतर अशा खटपटीवांचून माझी कांहीं चूल अडली नाही." नंतर मामलेदार कचेरींतील ब्राह्मणकामगार अक्षरशून्य अशा वादीप्रतिवादींच्या व त्यांच्या साक्षीदारांच्या जबान्या घेतेवेळीं, ज्या पक्षकारांकडून त्यांची मूठ गार झाली असेल, त्यांस कांहीं सूचक प्रश्न घालून अनुकूल जबान्या तयार करितात. परंतु ज्या पक्षकारांकडून त्यांचा हात नीट ओला झाला नसेल, त्यांच्या जबान्या लिहितेवेळीं त्यामध्यें एकंदर सर्व मुद्दे मागेपुढे करून अशा तयार करितात कीं, यांजपासून वाचणाराच्या किंवा ऐकणाऱ्यांच्या मनांत त्या कज्ज्याचें वास्तविक स्वरूप न येतां, त्यांचा समज त्यांविरूद्ध होईल. कित्येक ब्राह्मण कारकून अज्ञान शेतकऱ्यांच्या जबान्या तयार करून सरकारी दप्तरांत आणून ठेवितात. असें असेल तर एखादा नि:पक्षपाती जरी अम्मलदार असला, तरी त्यांच्या हातूनही अन्याय होण्याचा संभव आहे. यापुढें खिसे चापसणाऱ्या बगलेवकिलांनीं भरीस घातल्यावरून त्यांनी युरोपियन कलेक्टराकडे अपीलें केल्यावर कलेक्टरांच्या शिरस्तेदारांच्या, ज्या पक्षकारांकडून मुठी गार होतील, त्याप्रमाणें यांच्या अर्जांच्या जबानीच्या सुनावण्या कलेक्टरपुढें करितात व त्यावेळीं यांतील बहुतेक मारू मुद्दे वाचतां वाचता गाळून कलेक्टरांचे मुखांतून शुद्ध सोनेरी वाक्यें, "टुमची टकरार टरकटी आहे" बाहेर पडून आपले वतीनें निकाल करून घेण्याचे संधान न साधल्यास, शिरस्तेदार त्यांचे प्रकरणावर आपले मर्जीप्रमाणे गिचमीड मराठी लिहून साहेबबहादूर संध्याकाळीं आपल्या मॅडम साहेबाबरोबर हवा खाण्यास जाण्याचे धांदलींत, अगर मराठी नीट समजणारा एखादा दंडुक्यासाहेब असल्यास तो आदले दिवशीं कोठे मेजवानीस जाऊन जागलेला असल्यामुळें दुसरे दिवशीं सुस्त व झोपेच्या गुंगीत असतां, किंवा शिकारीस जाण्याचे गडबडींत असेल तेव्हा तेथे जाऊन, पूर्वी त्यांनी जसे शेरे सांगितले असतील, त्याप्रमाणें हुबेहूब वाचून दाखवून त्याच्या सह्या त्या प्रकरणावर सहज घेतात.

कित्येक तिरसट कलेक्टरांचे पुढें धूर्त शिरस्तेदाराची मात्रा चालत नसल्यास ते कांही आडमूठ अक्षरशून्य शेतकऱ्यांचीं प्रकरणें मुख्य सदर स्टेशनच्या ठिकाणीं तयार न करितां त्यास गांवोगांव कलेक्टराचे स्वारीमागे पायाला पाने बांधून शिळे

तुकडे खात खात फिरावयास लावून त्याची हाडे खिळखिळीं करून मस्ती जिरवितात. व कित्येक निवळ अज्ञानी शेतकऱ्यांच्या अर्ज्या फैलास एकदोन दिवस न लावतां, त्यांच्या प्रतिपक्षाकडून कांहीं चिरीमिरी मिळाल्यास त्या मुळींच गाळून टाकितात. अखेरीस दोन्ही पक्षांपैकीं जास्ती पैसा खर्च करणाऱ्या पक्षास जेव्हा जय मिळतो तेव्हा एकंदर सर्व गावकरी लोकांत चुरस उत्पन्न होऊन गावांत दोन तट पडतात. नंतर पोळ्याचे दिवशीं बैलाची उजवी बाजू व होळीस अर्धी पोळी कोणी द्यावी, यासंबंधीं दोन्ही तटांमध्ये मोठमोठ्या हाणामाऱ्या होऊन त्यांतून कित्येकांचीं डोकीं फुटून जखमा जाल्याबरोबर भट (एकंदर सर्व फौजदारी, दिवाणी वगैरे कज्जे अज्ञानी शेतकऱ्यांना उपस्थित करण्याचे कामीं कज्जाचे तळाशीं हे कळीचे नारद नाहींत असे फारच थोडे कज्जे सांपडतील) कुळकर्णी दोन्ही तटवाल्यांस वरकांती शाबासक्या देऊन, आंतून पोंचट पोलिसपाटलास हातांत घेऊन तालुक्यांतील मुख्य पोलिस भुतावळीस जागृत करितात. तेव्हा तेथून, आंतून काच्यांनी पोटे आवळून वरून काळ्या पिवळ्या पाटलोनी व बूट, डागल्यापगड्यांनीं सुशोभित होऊन, हातीं रंगीबेरंगी टिकोरीं घेतलेल्या बुभुक्षित शिपायांच्या पाठीमागें धापा देत एक दोन झिंगलेले आडमूठ हवालदार व जमादार बगलेंत बोथटलेल्या तरवारी घेऊन प्रथम गावांत येतांच महार व पोलीसपाटील यांची मदत घेऊन व एकंदर गावांतील दोन्ही पक्षांतील लोकांस पकडून आणून चावडीवर कैद करितात, व पहारेकऱ्याशिवाय बाकी सर्व शिपायी व अम्मलदार अज्ञानी पाटीलसाहेबांचे मदतीनें, मारवाड्याच्या दुकानांतून मन मानेल त्या भावांने व मापाने सिधासामुग्री घेऊन चावडीवर परत येतां येतां, दारूच्या पिठ्यांत कोणी मेजवान्या दिल्यास, ऐन गुंगीच्या नादांत जेवून गार झाल्यानंतर, थोडीशी डामडौली पूसतपास करून त्यांच्या त्या सर्व कैदी लोकांस मुख्य ठाण्यांत आणून फौजदारासमोर उभे करून त्याच्या हुकुमाप्रमाणे त्याची पक्की चौकशी होईतोंपांवेतो त्यास कच्चे कैदेत ठेंवितात. यापुढे कैदी शेतकऱ्यांच्या घरचीं माणसे आपापल्या बायका-मुलाबाळांच्या अंगावरील किडूकमिडूक मोडून आणलेल्या रकमा फौजदार कचेरींतील कामगारांची समजूत करण्याचे भरीस कसकशा धालितात, त्यापैकीं कांहीं मासले येथे दाखवितों. जर एखाद्या पक्षांतील लोकांस जास्ती मोठाल्या जखमा झाल्या असल्यास धूर्त कामगार, कुळकर्ण्यांचे द्वारें दुसऱ्या पक्षाकडून कांहीं रकमा घेऊन त्यांच्या त्या सर्व जखमा बऱ्या होऊन त्यांचा मागमुद्दा मोडेतोंपावेतों तीं प्रकरणें तयार करून मॅजिस्ट्रेटसाहेबाकडे पाठविण्यास विलंब लावतात. कधींकधीं धूर्त कामगारांच्या मुठी गार झाल्यास ते दुसऱ्या पक्षांतील मुद्द्याचे साक्षीदारांनीं त्यांच्या खटल्यांत साक्षीच देऊ नये म्हणून त्यांच्या सावकारास भिडा घालितात. ते कधीं कधीं मुद्यांचे साक्षिदारांनी आपली सामाने रूजू करण्याचे पूर्वी त्यास कुळकर्ण्याचे मार्फत नाना तऱ्हेच्या धाकधमक्या देऊन त्यास भलत्या

एखाद्या दूर परगांवीं पळवून लावितात. त्यांतून कांहीं आडमूठ अज्ञानी शेतकरी कुळकण्यांचे द्वारे ब्राह्मणकामगारांच्या सूचनांचा अव्हेर करून आपल्या आपल्या साक्षी देण्याकरितां कचेरींत आल्यास, एक तर ते अक्षरखून्य असल्यामुळें त्यांच्या स्मरणशक्त्या धड नसतात व दुसरें त्यांस मागच्या पुढच्या सवालांचा संदर्भ जुळून जबान्या देण्याची स्फूर्ति नसते, यामुळें त्यांच्या जबान्या घेतेवेळीं धूर्त कामगार त्यांस इतके घाबरे करितात, कीं त्यास ''दे माय धरणी ठाव'' होतो. ते कधीं कधीं अज्ञानी शेतकऱ्यांच्या जबान्या घेतांना त्यांच्या नाना प्रकारच्या चाळकचेष्टा करून त्यांस इतके घाबरे करितात, की त्यांनी खरोखर जे काही डोळ्यांनी पाहिले व कानांनी ऐकले असेल, त्याविषयी इत्थंभूत साक्ष देण्याची त्यांची छातीच होत नाहीं. याशिवाय कित्येक कामगारांचे हातावर भक्कम दक्षिणा पडल्या कीं, ते कुळकण्यांचे साह्यायानें कायद्याचे धोरणाप्रमाणें नाना प्रकारचे बनाऊ पुरावे व साक्षीदार तयार करवून मन मानेल त्या त्या अज्ञानी शेतकऱ्यास दंड अथवा ठेपा करवितात. त्यावेळीं त्या सर्वांजवळ दंड भरण्यापुरत्या रकमा नसल्यामुळें, त्यांपैकीं बहुतेक शेतकरी, आपले इष्टमित्र सोयरेधायऱ्यांपासून उसन्या रकमा घेऊन दंडाच्या भरीस चालून घरोघर आल्याबरोबर, उसन्या रकमा घेतलेल्या ज्यांच्या त्यांस परत देऊन इतर ठेपा झालेल्या मंडळीस तुरुंगातून सोडविण्याकरितां अपिलें लावण्यापुरता रकमा सावकारापाशीं कर्ज मागूं लागल्यास आमच्या सरकारच्या पक्षपाती शेतकऱ्यांचे कायद्यामुळे शेतकऱ्यास कोणीं अंब्रूंवाले सावकार आपल्या दाराशीं उभेसुद्धां करीत नाहींत. कारण आपले पदरचें पैसे शेतकऱ्यांस कर्जाऊ देऊन, त्यानंतर निवाडे करून घेतेवेळीं खिसे चापसणाऱ्या आडमूठ शूद्र बेलिफांच्या समजुती काढून सामनें रूजूं करून आणलेल्या अज्ञानी शेतकऱ्यांसमक्ष भर कोडतात सावकारास फजिती करून घ्यावी लागते. कित्येक तरूण गृहस्थांनीं नाना प्रकाराचीं कायदेपुस्तकें राघूसारखीं तोंडपाठ केल्यामुळे त्यांच्या परीक्षा उतरताच आमचें भोळसर सरकार त्यांस मोठमोठ्या टोलेजंग न्यायाधीशांच्या जागा देतें. परंतु हे लोक आपल्या सार्वजनिक मूळ महत्त्वाचा बांधवी संबंध तोडून, आपण येथील भूदेवाचे औरस वारसपुत्र बनून, कोडतात एकंदर सर्व परजातींतील वयोवृद्ध, वडील दुबळ्या गृहस्थास तुच्छ मानून त्यांची हेळसांड करितात. प्रथम हे सरकारी रिवाजाप्रमाणें एकंदर सर्व साक्षीदार वगैरे लोकांस कोडेतात दहा वाजता हजर होण्यास सामनें करून आपण सुमारें बारा वाजता कोडतांत येऊन, तेथील एखादे खोलींत तास अर्धा तास उताणें पालर्थे पडून नंतर डोळे पुशीत बाहेर चौरंगावरील खुर्चीच्या आसनावर येऊन बसल्याबरोबर, खिशांतील पानपट्टी तोंडांत घालून माकडाचेपरी दांत विचकून चावता चावतां पायावर पाय ठेवून, पाकेटांतील डब्या बाहेर काढून तपकिरीचे फस्के नाकांत ठासतां ठासतां खालीं बसलेल्या मंडळीवर थोडीशी वांकडी नजर टाकून डोळे झांकीत

आहेत, इतक्यांत तांबडी पगडी, काळी डगली, पाटलोणबुटांनीं चष्क बनून आलेल्या प्लीडरवकिलांनीं त्यांच्यापुढे उभे राहून मिशांवर ताव देऊन "युवर आनर" म्हणण्याची चोपदारी ललकारी ठोकल्याबरोबर हे भूदेव जज्जसाहेब, आपल्या पोटावर हात फिरवून आपले जातभाऊ वकिलास विचारतात कीं, "तुमचें काय बोलणें आहे ?"यावरून वकीलसाहेब आपल्या खिशांत हात घालून म्हणतात की, "आज एक्का खुनी खटल्याच्या संबंधानें आम्हास सेशनांत हाजर होणे आहे. सबब आपण मेहेरबान होऊन आमचे मार्फतचे येथील कज्जे आज तहकूब ठेवावेत." हें म्हणताच न्यायाधीशांनीं माना हलवून गुढ्या दिल्याबरोबर वकीलसाहेब गाड्याघोड्यांवर स्वार होऊन आपला रस्ता धरिताच न्यायधीश आपल्या कामाची सुरूवात करितात. याविषयीं येथे थोडेसे नमुन्याकरिता घेतों. कित्येक भूदेव न्यायाधीश आपल्या उंच जातीच्या तोऱ्यांत किंवा कालच्या ताज्या अमलाच्या झोकात, न्याय करितांना, बाकी सर्व जातींतील बहुतेक लोकांबरोबर अरेतुरेशिवाय भाषणच करीत नाहींत. कित्येक अक्कडबाज गृहस्थांनीं कोंडतांत आल्याबरोबर या राजबिंड्या भूदेवास लवून मुजरे केले नाहींत तर त्यांच्या जबान्या घेतेवेळीं त्यांस निरर्थक छळितात. तशांत ब्राह्मणी धर्माच्या विरूद्ध एखाद्या ठिकाणीं समाज उपस्थित होऊन त्यास सामील असणाऱ्यांपैकीं थोर गृहस्थास कोडतात हजर होण्यास थोडासा अवेळ झाला कीं, त्यांचा सूड (येथे सुधारणा करणाऱ्या लोकांनीं सरकारच्या नावाने कां शिमगा करावा ?) उगविण्याकरितां त्यांच्या श्रीमंतीची अथवा त्याच्या वयोवृद्धपणाची काडीमात्र परवा न करिता, त्यांची भर कोडतात जबान्या घेतेवेळीं रेवडी रेवडी करून सोडितात. त्यातून हे भूदेव बौद्धधर्मी मारवाड्यांची फटफजिती व पट्टाधूळ कसकशी उडवितात, हे जगजाहीर आहेच. कधीं कधीं ह्या छद्मी भूदेवाच्या डोक्यात वादीप्रतिवादींच्या बोलण्याचा भावार्थ बरोबर शिरेनासा झाला, म्हणजे हे स्नानसंध्याशील, श्वानासारखे चवताळून त्याच्या हृदयाला कठोर शब्दांनीं चावे घेतात. ते असे कीं:- "तू बेवकूब आहेस, तुला वीस फटके मारून एक मोजावा. तू लालतोंड्याचा भाऊ तीनशेंड्या मोठा लुच्चा आहेस." त्यावर त्यांनीं कांहीं हूं चूं केल्यास त्या गरिबाचे दावे रद्द करितात. इतकेच नव्हे, परंतु या खुनाशी न्यायाधीशांच्या तबेती गेल्या का, सर्व त्यांच्या जबान्या घरीं नेऊन त्यांतील कांहीं मुद्द्याचीं कलमें गाळून त्याऐवजीं दुसऱ्या ताज्या जबान्या तयार करवून, त्यावर मन मानेल तसे निवाडे देत नसतील काय ? कारण हल्लीं कोणत्याही जबान्यांवर, जबान्या लिहून देणारांच्या सह्या अथवा निशाण्या करून घेण्याची वहिवाट अजी काढून टाकली आहे. सारांश, बहुतेक भूदेव न्यायाधीश मन मानेल तसे घाशीराम कोतवालासारखे निवाडे करूं लागल्यामुळें कित्येक खानदान चालीच्या सभ्य सावकारांनीं आपला देवघेवीचा व्यापार बंद केला आहे. तथापि बहुतेक ब्राह्मण व मारवाडी सावकार सदरचे अपमानाचा विधिनिषेध

मनांत न आणितां कित्येक अक्षरशून्य शेतकऱ्यांबरोबर देवघेवी करितात. त्या अशा कीं, प्रथम ते, अडचणींत पडलेल्या शेतकऱ्यांस फुटकी कवडी न देतां, त्याजपासून लिहून घेतलेल्या कर्जरोख्यांवरून त्याजवर सरकारी खात्यांतून हद्दपार झालेल्या खंगार पेनशनर्स लोकांनीं सुशोभित केलेल्या लवादकोर्टांत हुकुमनामे करून धेऊन नंतर व्याजमनुती कापून घेऊन बाकीच्या रकमा त्यांच्या पदरात टाकितात. हल्ली कित्येक ब्राह्मण व मारवाडी, सावकार नापतीच्या अक्षरशून्य शेतकऱ्यास सांगतात कीं, ‘‘सरकारी कायद्यामुळें तुम्हांला गहाणावर कर्जाऊ रूपये आम्हांस देता येत नाहीत, यास्तव तुम्ही जर आपली शेते आम्हास खरेदी गहाणखत करून घ्याल तर हवे. करून घ्याल, तर आम्ही तुम्हास कर्ज देऊ व तुम्ही आमचे रूपयांची फेड केल्याबरोबर आम्ही तुमची शेते परत खरेदी करून तुमच्या ताब्यात देऊं,’’ म्हणून शपथा घेऊन बोल्या मात्र करितात, परंतु या सोंवळ्या व अहिंसक सावकारापासून कुटुंबवत्सल अज्ञानी भोळ्या शेतकऱ्यांची शेते क्वचितच परत मिळतात. याशिवाय हे अट्टल धर्मशील सावकार, अक्षरशून्य शेतकऱ्यांस कर्ज देतांना त्यांचे दुसरे नाना प्रकारचे नुकसान करितात. सदरील सावकार अक्षरशून्य शेतकऱ्यांवर नाना तऱ्हेच्या बनावट जमाखर्चाच्या वह्यांसहित रोख्यांचे पुरावे देऊन फिर्यादी जेव्हा ब्राह्मण मुनसफांच्या कोर्टांत आणितात, तेव्हां अज्ञानी शेतकरी आपणास खरे न्याय मिळावेत म्हणून आपले डागडागिने मोडून, पाहिजे तितक्या रकमा कज्जाच्या भरीस घालतात. परंतु त्यांस त्यांचे जातीचे विद्वान वशिले, व खरी मसलत देणारे सूझ गृहस्थ वकील नसल्यामुळें अखेर त्यावरच उलटे हुकुमनामे होतात, तेव्हा ते विचारशून्य, चार पोटबाबू बगलेवकिलांचे फूस लावण्यावरून आपल्याबरोबर न्याय मिळतील या आशेने वरिष्ठ कोडतांत अपिले करितात; परंतु वरिष्ठ कोडतांतील बहुतेक युरोपियन कामगार ऐषआरामांत गुंग असल्यामुळें अज्ञानी शेतकऱ्यास एकंदर सर्व सरकारी खात्यांतील ब्राह्मण कामगार किती नाडितात, याविषयीं येथें थोडेसे मासलेवाईक नमुने घेतों, ते येणेंप्रमाणें :- प्रथम धूर्त वकील अज्ञानी शेतकऱ्यापासून स्टॅंपकागदावर वकीलपत्रें व बक्षिसादाखल कर्जाऊ रोखे लिहून घेतांच त्यांजपासून सरकार व मूळ फिर्यादीकरिता स्टांप वगैरे किरकोळ खर्चाकरिता अगाऊ रोख पैसे घेतात. नंतर कित्येक धूर्त वकील, शिरस्तेदारांचे पाळीव रांडांचे घरी शिरस्तेदार साहेबांचेसमोर त्यांचीं गाणीं करवून त्यांस शेतकऱ्यांपासून कांही रकमा देववितात.

अज्ञानी शेतकऱ्यांपासून आडवून लांच खाणाऱ्या सरकारी कामगारास व लाचार झाल्यामुळें लांच देणाऱ्या अक्षरशून्य शेतकऱ्यांस कायदेशीर शिक्षा मिळते. हत्यारबंद पोलिसाच्या उरावर दरवडे घालणाऱ्या भट फडक्या रामोशास व लाचार झाल्यामुळें फडक्यांबरोबर त्यांच्या पातीदार भावास शिळेपाके भाकरीचे तुकडे देणाऱ्या भित्र्या शस्त्रहीन कंगाल शेतकऱ्यांचे बोडक्यावर जशी कायदेशीर पोलीसखर्चाची रक्कम

लादली जाते, व शेतकऱ्यांचे घरांत चोऱ्या करणाऱ्या सर्व जातींच्या चोरट-यांस जशी कायदेशीर शिक्षा मिळते, त्याचप्रमाणें जे शेतकरी आपल्या पहिल्या झोपेच्या भरांत असतां त्यांच्या घरांत चोरांनी चोऱ्या केल्या असतां त्या शेतकऱ्यांसही कायदेशीर शिक्षा का नसावी ?! एवढा कायदा मात्र आमचे कायदे कौन्सिलांनी करून एकंदर सर्व पांचट पोलिसांचा गळा मोकळा केल्याबरोबर आमचे न्यायशील सरकारचे स्वर्गजवळच्या सिमल्यास घंटानाद होईल.

कित्येक कर्मिष्ठ ब्राह्मणकामगार आपल्या जातींतील पुराणिकाला व कथेकऱ्याला, कित्येक अज्ञानी सधन शेतकऱ्यांपासून देणग्या देववितात. कित्येक धोरणी, धूर्त, अज्ञानी, भोळ्या, सधन, शेतकऱ्यांस गांठून त्यांजपासून राधाकृष्णाची नवीं देवळें गांवोगावीं वांधवून, काहीं जुन्या देवळांचा जीर्णोद्धार करवितात व त्यांजकडून उद्यापनाचे निमित्ताने मोठमोठालीं ब्राह्मणभोजनें काढितात. कित्येक धूर्त कामगार युरोपियन कामगारांच्या नजरा चुकवून एकंदर सर्व अज्ञानी शेतकऱ्यांस नाना प्रकारचे त्रास देतात व त्याबद्दल शेतकरी लोक आंतले आंत त्यांचे नांवानें खडे फोडीत असताहीं त्यांनीं (कामगारांनीं) युरोपीयन कामगारांचे पुढें पुढें रात्रंदिवस चोंबडक्या केल्या कीं, ते उलट्या त्यांचेबद्दल सरकारात शिफारशी करून त्यांच्या बढत्या करवितात. त्यातून बहुतेक युरोपियन कामगारास दहावीस मिनिटें अस्खलित मराठी भाषण करण्याची केवढी मारामार पडते आणि अशा ''टूमी आमी'' करणाऱ्या युरोपियन कामगारांस सातारकर छत्रपती महाराज, हिम्मतबहादर, सरलष्कर, निंबाळकर, घाटगे, मोहिते, दाभाडे, घोरपडे वगैरे शेतकरी॰ जहामर्दांची खासगत सोजरी भाषणांतील सर्व गाऱ्हाणी शिस्तवार समजून घेऊन त्यांचे परिहार ते कसे करीत असतील, ते देव जाणे ! कित्येक धूर्त ब्राह्मणकामगार आपल्या धोरणांनें सदा सर्वकाळ वागूं लागतील, वा इराद्याने जिल्ह्यांतील कित्येक कुटाळ वाचाळ भटब्राह्मणांस पुढे करून त्यांचे हातून जागोजाग मोठाले जंगी समाज उपस्थित करवितात व आंतून आपण अन्य रीतीने शूद्रांतील शेतकरी, गवतवाले, लाकडवाले, कंट्राक्टर, पेनशनर्स व इस्टेटवाले गृहस्थांकडे आपलें वजन, भिडा खर्चीं घालून त्यास पाहिजेल त्या समाजात सभासद करवितात. कित्येक युरोपियन कामगारांच्या कांही घरगुती नाजूक कामास मदत देण्याचे उपयोगी ब्राह्मण शिरस्तेदार पडले कीं, युरोपियन कामगार त्यांच्याविषयीं सरकारांत शिफारशी करून त्यांस रावसाहेबांच्या पदव्या देववितात आणि सदरचे युरोपियन कामगारांच्या जेव्हा दुसऱ्या जिल्ह्यात बदल्या होतात, तेव्हां हे तोंडपुजे रावसाहेब मनास येतील तशीं मानपत्रें तयार करून, त्यावर शहरांतील चार पोकळ प्रतिष्ठा मिरविणाऱ्या अज्ञानी, सधन कुणब्यामाळ्यांच्या व तेल्या तांबोळ्यांच्या मोडक्या तोडक्या सह्या भरतीला धेऊन भलत्या एखाद्या अक्षरशून्य शूद्र कंट्राक्टरांच्या टोलेजंग दिवाणखान्यात मोठमोठ्या

सभा करून त्यामध्यें त्यास ही मानपत्रे देतात. सारांश अस्मानीसुलतानीमुळें पडलेल्या दुष्काळापासून; तसेंच टोळांच्या तडाक्यापासून होणारे नुकसान केव्हांतरी भरून येते, परंतु एकंदर सर्व लहानमोठ्या सरकारी खात्यात बहुतेक युरोपिअन कामगार ऐषआरामांत गुंग असल्यामुळे, त्या सर्व खात्यात भट पडून, ते कोंकणांतील ब्राह्मण खोतासारखे येथील सर्व अक्षरशून्य शेतकऱ्यांचें जें नुकसान करितात, तें कधींही भरून येण्याची आशा नसते. या सर्वविषयी कच्च्या हकीकती लिहूं गेल्यास त्यांची "मिस्तरीज ऑफ दि कोर्ट ऑफ लंडन" सारखीं पुस्तकें होतील. व ही अज्ञानी शेतकऱ्यांची झालेली दैन्यवाणी स्थिती जेव्हां खिस्ति लोकांस पहावेना, तेव्हां त्यांनी युनायटेड ग्रेट ब्रिटनांत येथील विद्याखात्याचे नांवानें शिमग्याचा संस्कार सुरू केला. त्यावरून येथील कांहीं सभ्य सद्गृहस्थांसहित कित्येक बड्या सरदार लोकांनी हिंदुस्थानातील विद्याखात्याकडील मुख्य अधिकाऱ्यांची थोडीशी पट्टाधूळ झाडण्याची सुरूवात केली, कोठें न केली, तोंच मायाळू गव्हरनर जनरलसाहेबांनीं येथील विद्याखात्याविषयीं पक्की चौकशी करण्याकरितां चारपांच थोर थोर विद्वान गृहस्थांची कमिटी स्थापून त्यामध्ये मे. हंटरसाहेब मुख्य सभानायक स्थापतांच त्यांनीं आपल्या साथीदारांस बरोबर घेऊन "निमरॉड" शिकाऱ्यासारखे तिन्ही प्रेसिडेन्सींत आगगाड्यांतून मोठी पायपिटी केली, परंतु त्यांनी येथील एकंदर सर्व शुद्रादि अतिशूद्र शेतकरी अक्षरशत्रू असल्यामुळे ते कोणकोणत्या प्रकारच्या विपत्तीत संकटें भोगीत आहेत, याविषयीं बारीक शोध काढण्याविषयी शेतकऱ्यांचे घाणेरड्या झोपड्यात स्वत: जाऊन तेथे आपल्या नाकाला थोडासा पदर लावून तेथील त्यांचे वास्तविक दैन्य चांगले डोळे भरून पाहून तेथील भलत्या एखाद्या अक्षरशून्य लंगोट्या शेतकऱ्याची साक्ष न घेतां हिंदू, पारशी, खिस्ती धर्मातील बहुतेक सुवाष्ण ब्राह्मणांच्या साक्षी घेण्यामध्ये रंग उडविण्याची बहार करून जागोजागची मानपत्र बगलेत मारून अखेरीस आपली पायधूळ कलकत्त्याकडे झाडली आहे खरी, परंतु त्यांच्या रिपोर्टपासून अज्ञानी शेतकऱ्यांचा योग्य फायदा होईल, असे आम्हांला अनुमान करितां येत नाहीं. तात्पर्य मे. हंटरसाहेब यांनी, आमचे महाप्रतापी गव्हर्नर जनरल साहेबमहाराजांस निरापेक्ष मे. टक्कर (साल्वेशन आर्मींचे) साहेबासारख्या धूर्त लोकांशी टक्कर देण्याकरितां आपल्या कामाचा राजीनामा देऊन स्वत: दीन-दुबळ्या अज्ञानी शेतकऱ्यांचे आळोआळीनें खटाऱ्यांत बसून त्यांस अज्ञानांध:कारातून मुक्त करण्याचे खटाटोपीचा प्रसंग आणला नाहीं. म्हणजे त्यांच्या (हंटरसाहेबांच्या) नौबतीचा डंका वाजेल; व त्याचा आवाज पाताळच्या प्रजासत्ताक राज्याच्या प्रतिनिधींच्या कांनी पडतांच त्यांचे डोळे उघडून त्यांच्या अंत:करणांत आमचे दीनबंधु काळे लोक 'रेड इंडियन्स' यांजविषयी दया उद्भवेल.

या प्रकरणांत एकंदर सरकारी ब्राह्मण नोकरांविषयी लिहिलेल्या मजकुराबद्दल पुरावा पाहिजे असल्यास ठिकठिकाणी आजपर्यंत लाच खाल्याबद्दल किंवा खोट्या लिहिण्याबद्दल वगैरे प्रकारच्या गुन्ह्यांवरून शिक्षा झालेल्या व त्याविषयीं फिर्यादी झालेल्या आहेत, त्या पहाव्या म्हणजे सहज सापडेल.

☆

---

१. A Sepoy Revolt by Henry Mead, page 217.

या लोकांपेक्षा, सरकारावर आपले चरितार्थाचा बोजा कोणत्याही प्रकारें न टाकता स्वतंत्र रीतीने उद्योगधंदा करून अनेक प्रसंगी आपला मौल्यवान वेळ खर्च करून लोककल्याणाची कामे झटून करणारे लोकास सरकारने विशेष मान देणे हे रास्त आहे. नाहींपेक्षा आपल्यात जी प्रसिद्ध म्हण आहे "मेहेनती दिलगीर आणि चोरटे खुशाल", त्या म्हणीप्रमाणे न्याय होणार आहे.

३

आर्य ब्राह्मण इराणांतून कसे आले व शूद्र शेतकरी यांची मूळ पीठिका व हल्लींचें आमचे सरकार, एकंदर सर्व आपले कामगारांस मन मानेल तसे पगार व पेनशनें देण्याचे इराद्यानें नाना प्रकारचे नित्य नवे कर शेतक्यांचे बोडक्यावर बसवून, त्यांचे द्रव्य मोठ्या हिकमतीने गोळा करू लागल्यामुळे शेतकरी अट्टल कर्जबाजारी झाले आहेत.

या सर्व अगम्य, अतर्क्य आकाशमय विस्तीर्ण पोकळींत नाना प्रकारचे तत्त्वांच्या संयोगवियोगानें अगणित सूर्यमंडलें त्यांच्या त्यांच्या उपग्रहासह निर्माण होऊन लयास जात आहेत. त्याप्रमाणें हरएक उपग्रह आपापल्या प्रमुख सूर्याच्या अनुरोधानें भ्रमण करीत असता एकमेकांच्या सान्निध्यसंयोगानुरूप या भूग्रहावरील एकाच मातापितरांपासून एक मुलगा मूर्ख आणि दुसरा मुलगा शहाणा असे विपरीत जन्मतात. तर यावरून मूर्खपणा अथवा शहाणपणा हे पिढीजाद आहेत, असे अनुमान करिता येत नाहीं. तसेच स्त्रीपुरूषाचा समागम होण्याचे वेळीं त्या उभयतांचे कफवातादि दोषात्मक प्रकृतीच्या मानाप्रमाणें व त्यावेळेस त्यांच्या मनावर सत्त्व रजादि त्रिगुणांपैकी ज्या गुणांचें प्राबल्य असतें, त्या गुणांच्या महत्त्वप्रमाणानें गर्भपिंडाची धारणा होते. म्हणूनच एका आईबापाचे पोटी अनेक मुलें भिन्न प्रकृतीची व स्वभावाचीं जन्मतात. असें जर न म्हणावें, तर इंग्लंडांतील प्रख्यात गृहस्थापैकी **टामस पेन** व अमेरिकन शेतक्यांपैकी **जार्ज वॉशिंगटन** या उभयतांनी शहाणपणा व शौर्य ही पिढीजाद आहेत म्हणून म्हणणाऱ्या ख्यालीखुशाली राजेरजवाड्यांस आपआपले कृतीने लाजविलें असतें काय ? शिवाय कित्येक अज्ञानी काळे शिपायी केवळ पोटासाठी कोर्ट मार्शलचे धाकानें काबूल व इजिप्तामधील जहामर्दाशीं सामना बांधून लढण्यामध्यें मर्दुमकी दाखवितात व त्याचप्रमाणें कित्येक अमेरिकेतील समंजस विद्वानांपैकी **पारकर व मेरियन**सारख्या कित्येकांनीं जन्मत: केवळ शेतकरी असूनही स्वदेशासाठीं परशत्रूशीं नेट धरून लढण्यामध्यें शौर्य दाखविलेली उदाहरणें आपलेपुढे अनेक आहेत. यावरून जहांमर्दी अथवा नामर्दी पिढीजाद नसून ज्याच्या

त्याच्या स्वभावजन्य व सांसर्गिक गुणावगुणांवर अवलंबून असते, असेंच सिद्ध होतें. कारण जर हा सिद्धांत खोटा म्हणावा, तर एकंदर सर्व या भूमंडळावरील जेवढे म्हणून राजेरजवाडे व बादशहा पहावेत, त्यापैकीं कोणाचे मूळ पुरुष शिकारी, कोणाचे मेंढके, कोणाचे शेतकरी, कोणाचे मुल्लाने, कोणाचे खिजमतगार, कोणाचे कारकून, कोणाचे बंडखोर, कोणाचे लुटारू व कोणाचे मूळ पुरुष तर हद्दपार केलेले **राम्युलस** आणि **रीमस** आढळतात. त्यातून कोणाचाही मूळ पुरुष पिढीजाद सूर्यमंडळांतील ग्रहभ्रमणक्रमास अनुसरून वानर पशूजातीचा पालट होऊन त्यापासून नूतन व विजातीय मानवप्राणी झाले असावेत, म्हणून म्हणावें, तर ब्रह्मदेवाचे अवयवांपासून उत्पन्न झालेल्या सृष्टीक्रमानुमतास बाध येतो. यास्तव आतां आपण बौद्ध अथवा जैन मताप्रमाणें, **जुगलापासून** अथवा **डारविनच्या** मताप्रमाणें वानरापासून मानव स्त्रीपुरूष उत्पन्न झाले, अथवा खिस्ति मताप्रमाणें देवाजीनें मृत्तिकेपासून[ ] मानव स्त्रीपुरूष उत्पन्न केले, अथवा आर्य ब्राह्मणांच्या मताप्रमाणें ब्राह्मणांच्या अवयवापासून चार[ ] जातीचे मानवी पुरूष मात्र निर्माण झाले असावेत, अशा प्रकारच्या सर्व निरनिराळ्या मतांविषयीं वाटाघाट करीत बसता, त्यातून कोणत्याहि एखाद्या मार्गिनें मानवी स्त्रीपुरूष जातींचा जोडा अथवा जोडे निर्माण झाले असतील, व अशी कल्पना करून पुढे चालू तर प्रथम जेव्हा स्त्रीपुरुष निर्माण झाले असतील, तेव्हां त्यांस मोठमोठाल्या झाडांच्या खोडाशीं, त्यांचे ढोलीत[ ] अथवा डोंगराच्या कपारींत रात्रीस आराम करून आसपासच्या जंगलातील कंदमुळें व फळें यांवर आपले क्षुधेचा निर्वाह करावा लागला असेल, व ते जेव्हां ऐन दुपारी भलत्या एखाद्या झाडाच्या छायेखालीं प्रखरतर सूर्याच्या किरणांपासून निवारण होण्याकरितां क्षणभर विश्रांति घेत असतील, तेव्हां जिकडे तिकडे उंच उंच कडे तुटलेल्या पर्वत व डोंगरांच्या विस्तीर्ण रांगा, गगनांत जणूं काय, शुभ्र पांढऱ्या धुक्याच्या टोप्याच घालून उभ्या राहिलेल्या त्यांच्या दृष्टीस पडत असतील, तसेंच त्यांच्या खालच्या बाजूंनी लहानमोठ्या दऱ्याखोऱ्यांच्या असपास अफाट मैदानांत जुनाट मोठमोठाले विशाल वड, पिंपळ व फळभारानें नम्र झालेले फणस, आंबे, नारळी, अंजीर, पिस्ते, बदाम वगेरे फळझाडांची गर्दी होऊन, त्यांवर नाना तऱ्हेच्या द्राक्षादि वेलीच्या कमानीवजा जाळीं बनून जागोजाग पिकलेल्या केळींच्या घडांसहित कमळें इत्यादि नाना तऱ्हेची रंगीबेरंगी फुले लोंबत आहेत, जमिनीवर नाना प्रकारच्या पानाफुलांचा खच पडून त्या सर्वांचा भलामोठा चित्रविचित्र केवळ एक गालिचाच बनून त्यावर जागोजाग तऱ्हेतऱ्हेच्या पानांफुलांनी घवघवलेलीं झाडें, जशीं काय आताच लाविलीं आहेत कीं काय, असा भास झाला असेल तसेंच एकीकडे एकंदर सर्व लहानमोठ्या झुत्रया, खोंगळ्या, ओढे व नद्यांचे आजूबाजूंचे वाळवंटावर खरबूजें, टरबुजें, शेंदाडी, कांकड्या, खिरे वगैरें चहूंकडे लोळत पडलेले असून जिकडे तिकडे स्वच्छ निर्मळ

पाण्याचे प्रवाह अखंडित खुळखुळ मंजुळवाणा शब्द करीत वहात आहेत. आसपास लहानमोठ्या तलावांच्या जलासमुदायांत नाना तऱ्हेच्या चित्रविचित्र रंगांच्या कमळांवरून भ्रमरांचे थव्याचे थवे गुंजारव करीत आहेत व जागोजाग तळ्यांच्या तटाकीं जलतंतू आपल्या आटोक्यांत येतांच त्याना उचलून तोंडांत टाकण्याकरितां बगळे एका पायावर बकध्यान लावून उभे राहिले आहेत. शेजारचे अरण्यांत, जिकडे पहावें तिकडे जमिनीवरून गरीब बिचारीं हरणें, मेंढरें वगैरे श्वापदांचे कळपांचे कळप, लांडगे, व्याघ्र आदि करून दुष्ट हिंसक पशूंपासून आपआपले जीव बचावण्याकरितां धापा देत पळत चालले आहेत. व झाडांवर नाना प्रकारचें सुस्वर गायन करून तानसेनासही लाजविणारे कित्येक पक्षी, आपआपल्या मधुर, कोमल स्वरानें गाण्यामध्यें मात करून चूर झाले आहेत, तों आकाशांत बहिरी ससाणे वगैरे घातक पक्षी त्यांचे प्राण हरण करण्याकरितां वरतीं घिरट्या घालून, अकस्मात त्यांजवर झडपा घालण्याचें संधानांत आहेत, इतक्यांत पश्चिमेकडचा मंद व शीतल वायु कधीं कधीं आपल्या वायुलहरींबरोबर नाना प्रकारच्या फुलपुष्पांच्या सुवासाची चहूंकडे बहार करून सोडीत आहेत. हे पाहून आपल्या बुद्ध, ख्रिस्ती, मुसलमान, महार, ब्राह्मण वगैरे म्हणविणाऱ्या मानव बांधवांच्या मूळ पूर्वजांस किती आनंद होत असेल बरें ! असो,परंतु त्यांस शस्त्रास्त्रे; व वस्त्रप्रावर्णे तयार करण्याची माहिती नसल्यामुळें आपल्या दाढ्याडोयांच्या झिपऱ्या जटा लोंबत सोडून हातापायांची लांब लांब नखें वाढवून निव्वळ नागवें[५] रहावें लागत असेल नाहीं बरे ! ज्यांस मातीचीं अथवा धातूंचीं भांडी करण्याची माहिती नसल्यामुळें, पाण्याच्या कडेला गुडघेमेटी येऊन जनावरांप्रमाणें पाण्याला तोंड लावून अथवा हाताचे ओंझळीने पाणी पिऊन आपली तहान भागवावी लागत असेल काय ! ज्यांस तवे व जातीं घडण्याची माहिती नव्हती, अशा वेळीं भाकरीचपातीची गोडी कोठून ! ज्यांस मेंढराढोरांचीं कातडीं काढण्याची माहिती किंवा सोय नसल्यामुळे अनवाणी चालावें लागत नसेल काय ? ज्यास बिनचूक शंभर अंकही मोजण्याची मारामार त्यास सोमरसाचे[५] तारेंत यज्ञाचे निमित्तानें गायीगुरें भाजून खाण्याची[६] माहिती कोठून ? सारांश तशा प्रसंगी ते इतके अज्ञानी असतील कीं, जर त्यांचेसमोर कोणी भंड, व धूर्तांनी ताडपत्रावर खोदून लिहिलेल्या वेदाप्रमाणें[७] एखादें पुस्तक आणून ठेविले असतें तर, त्यांनी तें हातांत घेऊन पाहतांच त्यांत कांही सुवास व रस नाही असें पाहून त्याची काय दशा केली असती, याविषयीं आतां आमच्यानें तर्कसुद्धा करवत नाहीं. कारण ते स्वतः फलाहारी असल्यामुळें या निशाचरांनीं केलेल्या वेदमतानुसार सोमरसांचे नादांत अगर पक्षश्राद्धाचे निमित्तानें दुसऱ्यांच्या गायी चोरून मारून त्यांच्याने खावविल्या नसत्या, आणि तसें करण्याची त्यांस गरजही नसेल. कारण ते इतके पवित्र असतील कीं, त्यांना या सर्व मतलबी ग्रंथकारांस आपले वंशज म्हणण्याचें आवडलें असतें काय ? त्यांच्यापुढें यांच्याने

''तू बुद्ध'' ''तूं खिस्ती'' ''तू मुसलमान'' ''तूं महार म्हणून नीच'' व ''आम्ही ब्राह्मण म्हणून उंच आहोंत'' असें म्हणण्याची जुरत तरी झाली असती काय ? असों, पुढें कांहीं काळ लोटल्यावर आपल्या मूळ पूर्वजांची संतति जेव्हां जास्त वाढली, तेव्हां त्यांनीं आपल्या नातूपणतूस रहाण्याकरितां झाडांच्या फांद्याचीं आढीमेढी उभ्या करून त्यावर नारळीच्या झांपांची शाकारणी करून पृथक पृथक कुटुंबाकरितां झोपड्या तयार करून त्यांच्या भोवतालीं चौगर्दा बाभळी अथवा करवंदीच्या फांट्यांचे कुंपण, व आंत जाण्याच्या रस्त्यावर एक झोपा अथवा कोरड्या दगडांचा गांवकुसू करून त्याला एक वेस ठेवून तिकडून रात्रीस रानांतली दुष्ट जनांवरें आंत येऊं नयेत, म्हणून तेथे त्यांनी रखवालीकरितां वेसकर रक्षकांच्या नेमणुका केल्यावरून आंतील एकंदर सर्व गांवकरी लोक आपापल्या मुलांबाळांसह सुखांत आराम करुं लागले असंतील, व यामुळेंच आपण सर्व गांवकरी हा काळपावेतों आपआपल्या गावातील वेसकरांच्या श्रमाबद्दल दररोज सकाळीं व संध्याकाळीं त्यांस अर्ध्या चोथकोर भाकरीचे तुकडे देतो; आणि त्याचप्रमाणे हल्ली आपण सर्व गांवकरी लोक एकंदर सर्व पोलीसखात्यांतील शिपायांसहित मोठमोठ्या कामगारांस भाकरीच्या तुकड्याऐवजी पोलिसफंड देतों का नाहीं बरे ? या उभयतांत अंतर तें काय ? महाराचे हातांत काठींदोरी व पोलिसचे हातांत वाघ्यांची टिकोरीं. असो. सदरच्या गांवीं त्यांच्यांत मुलाबाळांच्या क्षुल्लक अपराधावरून आपआपसात तंटेबखेडे उपस्थित झाल्यावरून व गांवातील सर्व लहानमोठे, वडील जवळपास एखाद्या पाराचे छायेखालीं बसून न्यायांतीं गुन्हेगारास शिक्षा करीत असतील. कारण त्या वेळीं आतांसारखें मोठमोठालीं टाऊनहॉल अथवा चावड्या बांधून तयार करण्याचें ज्ञान त्यांस कोठून असेल ? परंतु पुढे कांही काळानें त्या सर्वांचीं कुटुंबे जसजशीं वाढत गेलीं असतील, तसतसें त्यांच्यात सुंदर स्त्रियांच्या व जंगलांच्या उपभोगाच्या संबंधानें नाना प्रकारचे वादविवाद वारंवार उपस्थित होऊं लागले असतील, व ते आपसात जेव्हा गोडीगुलाबीनें मिटेनात, तेव्हां त्यांपैकीं बहुतेक सालस गृहस्थांनीं आपआपले सामानसुमान व तान्हीं मुले पाट्यात घालून एकंदर सर्व आपल्या जथ्यांतील स्त्रीपुरूषांस बरोबर घेऊन दूर देशीं निरनिराळे अंतरावर जाऊन जिकडे तिकडे गावे बसवून त्यांत मोठ्या सुखानें व आनंदांत राहूं लागल्यामुळे, प्रथम ज्या ज्या गृहस्थांनी हिय्या करून आपआपल्या पाट्या भरून दूरदूर देशीं जाऊन गावे बसविलीं, त्या त्या गृहस्थास बाकी सर्व गावातील लोक पाटील अथवा देशमुख म्हणून, त्यांच्या आज्ञेंत वागू लागले. व हल्लीचे अज्ञानी पाटील व देशमुख जरी भटकुळकण्र्याचे ओंजळीनें पाणी पिऊन गावकरी लोकात कज्जे लढवितात, तरी एकंदर सर्व गावकरी, त्यांच्या सल्लामसलतीनेंच चालतात. दुसरे असे की, आपल्यामध्यें जेव्हा सोयरीकसंबंध करण्याचा प्रसंग येतो, तेव्हा आपणास एकमेकास विचारण्याची वहिवाट सापडते. ती अशी कीं ''प्रश्न.–

तुमचा गांव कोण आणि तुमचें आडनांव काय ? उ.– आमचा गाव पुणे आणि आमचे आडनांव जगताप. प्र.– तर मग सासवडचे जगताप तुमचे कोण ? उ.– सासवडचे जगताप आणि आम्ही एकच, सुमारें सातआठ डोया झाल्या, शेराचे काळांत आमची मूळ पाटी सासवडाहून पुण्यास आली, व हल्ली आम्ही आपल्या मुलाबाळांचीं जावळें सासवडास जाऊन करितों, कारण त्यांची आणि आमची सठवाई एक व त्यांचें आमचें देवदेवकही एक. प्र.– तर मग तुमचा व आमचा सोईरसंबंध सहजासहज जमेल; कारण सासवडचे जगताप आमचे सोयरेधायरे आहेत; तुम्ही तिकडचा पदर मात्र जुळवून घ्या म्हणजे झालें, मग तुमची आमची इतर बोलाचाली एका क्षणांत करून लग्नचिठ्या ताबडतोब काढता येतील.'' याप्रमाणें खरी हकीगत असून जर एखादा प्रश्न करील कीं, तुम्ही हें जें म्हणतां याला आधार तरी कोणत्या शास्त्राचा ? तर त्यास माझें असें उत्तर आहे कीं, सुवर्ण- लोभास्तव इराणांतील आर्य लोकांनीं मागाहून जेव्हां या देशांतील सर्व मूळच्या स्थायिक अस्तिक, राक्षस वगैरे लोकांचा विध्वंस केला, त्यांपैकीं उरलेल्या मुगुटमणी दस्यु लोकांवर लागोपाठ अनेक स्वाऱ्या करून अखेरीस त्यांस आपले दास करून नाना प्रकारचे त्रास देण्यास सुरुवात केली; त्यावेळीं विजयी झालेल्या आर्य लोकांच्यानें आपल्या शास्त्रात, पराजित केलेल्या शूद्रांची पूर्वीची खरी मूळ पीठिका कशी लिहववेल ? पुढें बराच काळ लोटल्यानंतर त्या सर्व गांवच्या वनांतील फळांवर जेव्हा निर्वाह होईना, तेव्हा ते मासे, पशु व पक्षी यांच्या शिकारीवर आपलें उदरपोषण करूं लागलें असतील; त्यांजवरही त्यांचा जेव्हा बरोबर निर्वाह होईना; तेव्हा त्यांनी थोडीशी शेती करण्याचा उद्योग सुरू केल्यामुळें त्यांचे बरेंच लागीं लागले असेल. पुढें कांहीं काळानंतर जेव्हां चहूंकडे हत्यारेपात्यारे, औतकाठ्या वगैरे सामानसुमान नवीन करण्याची त्यांस जसजशी युक्ति सुचूं लागली, तसतशी त्यांनी प्रांतचे प्रांत लागवड केली असेल व त्या मानानें लोकसंख्याही वाढूं लागल्यामुळें एकंदर सर्व प्रांतातील वनराईच्या व सरहद्दीच्या वगैरें संबंधाने सर्व देशभर लढे पडून, त्यांच्यात मोठमोठाल्या, हाणामाऱ्या होऊन खूनखराब्या होऊं लागल्या असतील. त्या सर्वांचा बंदोबस्त करण्याकरितां एकंदर सर्व प्रांतातील लोकांस एके ठिकाणीं जमून सर्वानुमते, त्या सर्व कामांचे निकाल सहज करण्याचे फार कठीण पडूं लागले असेल. यास्तव सर्वानुमते अशी तोड निघाली की, एकंदर सर्व प्रांतांतील गावोगांवच्या लोकांनी आपआपल्या गावांतील एकेक शहाणा माहितगार निवडून काढावा, आणि त्या सर्वांनी एके ठिकाणी जमून तेथे बहुमताने सर्व कामाचे उलगडे करून निकालास लावण्याची वहिवाट सुरू केली. यावरून आपले सर्व लोकांत हा काळपावेतो निवडून काढलेल्या पंचाचे मार्फत मोठमोठाल्या कज्जांचे निवाडे करून घेण्याची वहिवाट जारी आहे. पुढे काही काळाने जेव्हा अटक नदीचे

पलीकडे जाऊन कित्येक कुळांनी तेथे लागवड करून वसाहत केली व त्या मानाने चहूकडे खानेसुमारी अफाट वाढली, तेव्हा आर्वषणामुळे कित्येक ठिकाणी पिकांस धक्का बसून सर्व नदीनाले व तळी उताणी पडली, यामुळे अरण्यातील एकंदर सर्व पशुपक्षी जिकडे पाणी मिळेल तिकडे निघून गेले. जिकडे पहावे तिकडे उपासामुळे मनुष्यांच्या लोथीच्या लोथी पडलेल्या पाहून कित्येक देशांतील धाडसी पुंडानी बहुतेक बुभुक्षित कंगालास आपल्या चाकरीस ठेवून, त्यास आपल्याबरोबर घेऊन, आरंभी त्यांनी आसपासच्या आबाद देशात मोठमोठाले दरोडे घालता घालता, त्यांचे हाताखालचे लोकांवर त्यांचा पगडा बसताच त्यांनी इतर लोकांचे राजे होण्याचे घाट घातले. (याविषयी आता आपण शोध करू लागल्यास त्यापैकी बहुत पिढीजाद राजांचे घराण्यांतील मूळपुरुष याच मालिकेतील शिरोमणि निघतील) त्यांचा बंदोबस्त करावा म्हणून सर्व देशांतील गावकरी, यांच्या हातून हुशार प्रतिनिधीची निवड करून त्याच्या संमत्तीने एकंदर सर्व देशाचे संरक्षण करण्यापुरती फौज ठेवून, तिचा खर्च भागण्यापुरता शेतसारा बसवून त्याची जमाबंदी करण्याकरिता, तहशीलदारांसहित चपराश्यांच्या नेमणुका करून व्यवस्था केली. त्यामुळे एकंदर सर्व देशांतील लोकांस आराम झाला असेल. नंतर काही काळाने चहूकडे सुबत्ता झाल्यामुळे बळीचे स्थान म्हणजे बलूचिस्थानचे पलीकडील कित्येक डोईजड लोभी प्रतिनिधींनी, सदरील चोरटे लोकांचे वैभव पाहून ते आपआपल्या देशाचे राजे बनताच, पूर्वींचे लोकसत्तात्मक राज्यांचा बोज उडून ती लयास गेल्यामुळे, इराणचे अलीकडील छप्पन देशांत शाहण्णव कुलाचे प्रतिनिधींनी मात्र आपआपली निरनिराळी राज्ये स्थापून, एकमेकांचे सहाय्याने आपआपले राज्यकारभार निर्वेधपणे चालविले, यामुळे त्यांच्या वैभवास शेकडो वर्षे बाध न येता दस्यू, आस्तिक, अहीर, असूर, उग्र, पिशाच मातंग[१०] वगैरे लोकांच्या राज्यांत सर्व प्रजा सुखी होऊन चहूकडे सोन्याचा धूर निघू लागला. इतकेच नव्हे परंतु ह्या सर्वांमध्ये दस्यू लोक महा बलवान असल्याकारणाने त्याचे एकंदर सर्व यवनांवर इतके वजन बसले असावे की, त्यापैकी बहुतेक यवन, दस्यू लोकांबरोबर नेहमी स्नेहभाव व सरळ अंत:करणाने वर्तन करीत, त्यामुळे दस्यू लोक हरएक प्रकारे त्यास मदत करून त्यांचा परामर्श करीत. यावरून यवन लोकांत दस्यू लोकांस दोस्त म्हणण्याचा प्रचार पडला असावा, व त्याचप्रमाणे वागत व वेळ आल्याबरोबर त्यांच्याशी उघड गमजा करीत, तेव्हा दस्यू लोक त्यांच्या खोडी मोडून त्यांस ताळ्यावर आणीत असतील, यावरून यवन व आर्य लोकांत दस्यू लोकांस वैरभावाने दुशमन व दुष्ट, म्हणण्याचा परिपाठ पडला असावा; कारण दोस्त, दुशमन आणि दुष्ट या शब्दाच्या अवयवांसहित त्यांच्यातील भावार्थाचा मेळ दस्यू शब्दाशी सर्वांशी मिळतो. शेवटी सर्व इराणी (आर्य), तुर्क वगैरे यवन लोकांस दस्यू लोकांचा बोलबाला सहन होईना, तेव्हा त्यापैकी अठरा वर्णातील अठरा तऱ्हेच्या पगड्या

घालणाऱ्या ''अठरा पगड जातीच्या लोकांनी'' सुवर्ण लूट करण्याच्या आशेने दस्यू लोकांच्या मुलुखात वारंवार हल्ले करण्यास सुरुवात केली. परंतु बळीचे पदरच्या काळभैरव व खंडेरावासारख्या महावीरांनी त्यांची बिलकूल डाळ झिजू दिली नाही. इराणांतील आर्य[११] लोकांत तिरकमट्याची नवीन युक्ति निघाल्याबरोबर तेथील इराणी क्षेत्र्यांपैकी बहुतेक वराहासारख्या धाडसी दंगलखोरांनी अलीकडील छपन्न देशांतील लहानमोठ्या संपत्तिमान राजेरजवाड्यांचा नाश[१२] केल्यानंतर नरसिंह आर्य क्षेत्र्याने दस्यू लोकांचा तरुण राजपुत्र प्रल्हाद यांचे कोवळे मन धर्मभ्रष्ट करून, त्यांच्या सहाय्याने त्याच्या पित्याचा कृत्रिमाने वध केला. नंतर वामन आर्य क्षेत्र्याने येथील महाप्रतापी दस्यूपैकी बळीराजास रणांगणी पाडतांच, त्याने तिसरे दिवशी बळीचे राजधानीतील एकंदर सर्व अंगनांचे अंगावरील सुवर्णलंकारांची लूट केली, यामुळे दस्यू लोकांनी आपल्या देशातून, आर्य ब्राह्मण लोकांस हाकून देण्याविषयी पुष्कळ लढाया केल्या; परंतु अखेरीस परशुराम[१३] आर्य क्षेत्र्याने येथील एकंदर सर्व क्षेत्रवासी दस्यू लोकांवर लागोपाठ एकवीस वेळा स्वाऱ्या करून त्यांची शेवटी इतकी वाताहत केली की, त्यापैकी कित्येक महावीरास त्यांच्या परिवारासह हल्लीच्या चीनदेशाजवळ एक[१४] पायमार्ग होता, (ज्यावर पुढे काही काळाने समुद्र पसरला, व ज्यास हल्ली बेहरिंगची सामुद्रधुनी म्हणतात) त्या मार्गने पाताळी अमेरिकेतील अरण्यात जावे लागले. कारण तेथील कित्येक जुनाट लोकांचा व तेथील दस्यू (शूद्र) लोकांचा देवभोळेपणा, रीतिभाती, क्रिया वगैरे बऱ्याच अंशी एकमेकांशी मिळतात. मूळच्या ''अमेरिकन'' लोकांत येथल्यासारखी सूर्यवंशी, राक्षस व आस्तिक कुळे सापडतात. तेथील मुख्य ''काशीक'' नांवाशी येथील ''काशीकरांशी'' मेळ मिळतो. ''कोरीकांचा'' शब्द ''कांचन'' शब्दाशी मिळतो. ते येथल्यासारखे शकुनापशकून मानीत. त्या लोकांत येथील शूद्रांसारखे मेल्या मनुष्यावर पोषाक घालून प्रेताबरोबर सोनें पुरण्याची क्रिया सापडते. हल्ली सर्व शूद्र द्रव्यहीन जरी झाले, तथापि ते (अमेरिकन) शूद्रासारखे मीठ न गालतां मौल्यवान मसाला घालून पुरीत. त्यांच्यांत[१५] येथल्यासारखी ''टोपाजी, माणकू, अर्तिल यल्लपा, व अर्तिल बाळप्पा'' अशी नावे सापडतात. तेथे ''कानडा'' नावाचा प्रांत सापडतो. परंतु, काही काळाने मागाहून चिनी अथवा आर्य लोकांनी तेथील लोकांवर स्वाऱ्या करून त्यास हस्तगत केले असावे; कारण त्यांनी हिंदुस्थानातील आर्य लोकांसारखे, अमेरिकेतील पूर्वीच्या लोकांस ''विद्या देण्याची बंदी करून त्यांचे एकंदर सर्व मानवी अधिकार हरण करून त्यांस अति नीच मानून आपण त्यांचे ''भूदेव'' होऊन, आकाशांतील ग्रहांसह पांच तत्त्वांची पूजा करीत होते असे आढळते. असो, परंतु येथे आर्य नाना[१६] पेशवे याचे दालीबंद जातबंधू परशुरामाच्या धुमाळींत, रणांगणी पडलेल्या प्रमुख महा अरींच्या एकंदर सर्व निराश्रित विधवा स्त्रियांपासून जन्म पावलेल्या अर्भकांचा त्याने (परशुरामाने)

सरसकटीने वध करून दस्यू लोकांच्या कित्येक कुळांची दाणादाण करून, बाकी उरलेल्या एकंदर सर्व क्षेत्रवासी दस्यू लोकांचे शूद्र (दास) व अतिशूद्र (अनुदास) असे दोन वर्ग करून आर्य ब्राह्मणांनी त्यास नाना प्रकारचे त्रास देण्याविषयी अनेक मतलबी व जुलुमी ''कायदे[१७]'' केले. त्यापैकी काही काही लेखी मुद्दे मनूसारख्या कठोर व पक्षपाती ग्रंथांत सापडतात. ते असे की, ''ज्या ठिकाणी शूद्र लोक राज्य करीत असतील, त्या शहरांत आर्य ब्राह्मणाने मुळीच राहू नये, शूद्रास ब्राह्मणाने कोणत्याच तऱ्हेचे ज्ञान देऊ नये, इतकेच नव्हे, परंतु आपला वेदघोष शूद्राचे कानींसुद्धा पडू देऊ नये. शूद्राबरोबर आर्यांनी अवशीपहाटेस प्रवास करू नये. शूद्राचा मुरदा फक्त दक्षिणेकडच्या वेशीतून नेण्याविषयी परवानगी होती. आर्य ब्राह्मणांच्या मढ्यास शूद्रास स्पर्श करण्याची मनाई असे. राजा भुकेने व्याकुळ होऊन मेला तरी त्याने ब्राह्मणापासून कर अथवा शेतसारा घेऊ नये. परंतु राजाने विद्वान ब्राह्मणास ठेवी सापडल्यास त्याने त्यातील अर्धे द्रव्य बाह्मणास द्यावे. आर्य ब्राह्मणांनी कसला जरी गुन्हा केला, तरी त्याच्या केसालाही धक्का न लावता त्यास हद्दपार मात्र करावे म्हणजे झाले. ब्राह्मणांनी आपली सेवाचकरी शूद्रांस करावयास लावावे, कारण देवाजीने शूद्रास ब्राह्मणाची सेवा करण्याकरिताच उत्पन्न केले आहे. जर ब्राह्मणाने एखाद्या शूद्रास आपल्या काही नाजुक कामांत उपयोगी पडल्यावरून, स्वत:च्या दास्यत्वापासून मुक्त केले, तर त्यास पाहिजेल त्या दुसऱ्या भटब्राह्मणांनी पकडून आपले दास्यत्व करावयास लावावे. कारण देवाजीने त्यास त्यासाठीच जन्मास घातले आहे. ब्राह्मण उपाशी मरू लागल्यास त्याने आपल्या शूद्र दासाचे जे काय असेल, त्या सर्वांचा उपयोग करावा. बिनवारशी ब्राह्मणाची दौलत राजाने कधी घेऊ नये, असा मूळचा कायदा आहे. परंतु बाकी सर्व जातीची बिनवारशी मालमिळकत पाहिजे असल्यास राजाने घ्यावी. ब्राह्मण गृहस्थांनी जाणूनबुजून गुन्हे केले, तरी त्यांस त्यांच्या मुलांबाळासह त्यांची जिनगीसुद्धा त्याबरोबर देऊन फक्त हद्दपार करावे. परंतु तेच गुन्हे इतर जातीकडून घडल्यास त्यांस त्यांच्या गुन्ह्याच्या मानाप्रमाणे देहांत शिक्षा करावी. ब्राह्मणाचे घरी शूद्रास चाकरी न मिळाल्यास त्यांची मुलेबाळे उपाशी मरू लागल्यास त्यांनी हातकसबावर आपला निर्वाह करावा. अक्कलवान शूद्रानेही जास्ती दौलतीचा संचय करू नये. कारण तसे केल्यापासून त्याला गर्व होऊन तो ब्राह्मणाचा धि:कार करू लागेल. ब्राह्मणाने शूद्रापाशी कधींही भिक्षा मागू नये. कारण त्या भिक्षेच्या द्रव्यापासून त्याने होमहवन केल्यास तो ब्राह्मण पुढल्या जन्मी चांडाळ होईल. ब्राह्मणाने कुतरे, मांजर, घुबड, अथवा कावळा मारला, तर त्याने त्याबद्दल शूद्र मारल्याप्रमाणे समजून चांद्रायण प्रायश्चित केले म्हणजे तो ब्राह्मण दोषमुक्त होईल. ब्राह्मणांनी बिनहाडकांची गाडाभर जनावरे मारली अथवा त्यांनी हाडकांच्या हजार जनावरांचा वध केला असता, त्यांनी चांद्रायण प्रायश्चित

घेतले म्हणजे झाले. शूद्रांनी आर्यब्राह्मणास गवताचे काडीने मारिले, अथवा त्याचा गळा धोतराने आवळला, अथवा त्यांना बोलतांना कुंठित केले, अथवा त्यास धि:कारून शब्द बोलले असतां, त्यांनी ब्राह्मणाचे पुढे आडवे पडून त्यापासून क्षमा मागावी.''१८ याशिवाय शूद्राविषयी नाना प्रकारचे जुलुमी लेख आर्य ब्राह्मणाचे पुस्तकांतून सापडतात, त्यापैकी कित्येक लेख येथे लिहिण्याससुद्धा लाज वाटते. असो, यानंतर आर्य लोकांनी, आपल्या हस्तगत करून घेतलेल्या जमिनीची लागवड सुरळीत रीतीने करण्याचे उद्देशाने दस्यू लोकांपैकी प्रल्हादासारख्या कित्येक भेकड व धैर्यहीन अशा लोकांनी स्वदेशबांधवांचा पक्ष उचलून आर्यब्राह्मणांशी वैरभाव धरून तदनुरूप आरंभापासून तो शेवटपर्यंत कधीही हालचाल केली नाही. त्यांस गावोगावचे कुळकर्ण्याचे कामावर मुकरर करून आपले धर्मात सरते करून घेतेले. यावरून त्यांस देशस्थ ब्राह्मण म्हणण्याचा प्रघात पडला आहे, देशस्थ ब्राह्मणांचा व येथील मूळच्या शूद्र लोकांच्या रंगरुपाशी चालचलणुकीशी व देव्हाऱ्यातील कुळस्वामीशी बहुत करूनही मेळ मिळतो व दुसरे असे की कोकणस्थ व देशस्थ ब्राह्मणांचा हा काळपावेतो परस्परांशी बेटी व रोटीव्यवहारसुद्धा मुळीच होत नव्हता. परंतु कालच्या पेशवेसरकारांनी देशस्थ ब्राह्मणाबरोबर रोटीव्यवहार करण्याचा प्रघात घातला. सदरची व्यवस्था अमलांत आणून आर्यब्राह्मण येथील भूपति झाल्यामुळे त्यांचा बाकीचे सर्व वर्णाचे लोकांवर पगडा पडून त्यांस अठरा वर्णांचे ब्राह्मण गुरु१९ म्हणू लागले व त्यांनी स्वत: 'स्वर्गपाताळ एक करून सोडल्यानंतर' आता काही कर्तव्य राहिले नाही, अशा बुद्धीनें ताडपत्रे नेसून छातीवर तांबडी माती चोळून दंड थोपटण्याचे विसरून त्याबद्दल स्नानसंध्या करून, अंगावर चंदनाच्या उट्या लावून, कपाळावर केशर, कस्तुरीचे टिळे रेखून, स्वस्थ बसून मौजा मारण्याचा क्रम आरंभिला. त्यापैकी कोणी भांगेच्या तारेत नाना प्रकारचे अपस्वार्थी ग्रंथ करण्याचे नादात, कोणी योगमार्ग शोधून काढण्याचे खटपटीत पडून, बाकी सर्वांनी आपआपसांत एकमेकांनी एकमेकांस ''अठरा वर्णामध्ये ब्राह्मण गुरू श्रेष्ठ'' म्हणण्याचा प्रचार सुरू केला. त्याच सुमारास येथील जंगल (ज्यू) फिरस्ते बकालांनी आपला धर्म स्वीकारावा, म्हणून आर्य ब्राह्मणांनी त्यांचा पाठलाग केला. यावरून त्यांनी संतापून आर्यांचे विरुद्ध नाना प्रकारचे ग्रंथ करून आर्यधर्माची हेळणा करण्याकरिता आपआपल्या जवळच्या आत्मलिंगाची पूजा करू लागल्यामुळे लिंगाइतांचा एक निराळाच धर्म झाला असावा. नंतर आर्य ब्राह्मणांच्या स्वाधीन झालेल्या येथील एकंदर सर्व शूद्र शेतकरी दासांचा, त्यांनी सर्वतोपरी धि:कार करण्याची सुरुवात केली. त्यांस विद्या देण्याची आटोकाट बंदी करून त्यांची स्थिति पशूच्याही पलीकडच्या मजलशीस पोहोचविली, व ते अक्षरशत्रु अतैव ज्ञानशून्य झाल्यामुळे, त्यांस आज दिवसपावेतो राज्य व धर्मप्रकरणी आर्यब्राह्मण इतके नागवितात की, त्याच्यापेक्षा अमेरिकेतील जुलुमाने

केलेल्या हब्रशी गुलामांचीसुद्धा अवस्था फार बरी होती, म्हणून सहज सिद्ध करिता येईल. तथापि अलीकडे काही शतकांपूर्वी, महमदी सरकारास त्यांची दया घेऊन त्यांनी या देशातील लक्षावधि शूद्रादि अतिशूद्रास जबरीने मुसलमान करून त्यांस आर्यधर्माच्या पेचांतून मुक्त करून, त्यांस आपल्या बरोबरीचे मुसलमान करून सुखी केले. कारण त्यापैकी कित्येक अज्ञानी मुसलमान मल्लाने व बागवान आपल्या लग्नांत येथील शूद्रादि अतिशूद्रासारखे संस्कार करितात, याविषयी वहिवाट सांपडते. त्याचप्रमाणे पोर्तुगीज सरकारने या देशातील हजारो शूद्रादि अतिशूद्रास व ब्राह्मणास जुलमाने रोमन कॅथलिक ख्रिस्ती करून त्यास आर्यांचे कृत्रिम धर्मापासून मुक्त करून सुखी केले. कारण त्यांच्यामध्ये कित्येक ब्राह्मण शूद्रांसारखी गोखले, भोसले, पवार वगैरे आडनांवाची कुळे सापडतात. परंतु हल्ली अमेरिकन वगैरे लोकांच्या मदतीने, या देशातील हजारो गांजलेल्या शूद्रादि अतिशूद्रांनी, ब्राह्मणधर्माचा धि:कार करून, जाणूनबुजून ख्रिस्ती धर्माचा अंगिकार करण्याचा तडाखा उडविला आहे, हे आपण आपल्या डोळ्याने ढळढळीत पहात आहो. कदाचित् सदरच्या शूद्रादि अतिशूद्रांच्या दु:खाविषयी तुमची खात्री होत नसल्यास, तुम्ही नुकतेच अलीकडच्या दास शेतकऱ्यांपैकी सातारकर शिवाजी महाराज, बडोदेकर दमाजीराव गायकवाड, ग्वालेरकर पाटीलबुवा, इंदूरकर लाख्या बारगीर, यशवंतराव व विठोजीराव होळकरासारख्या बडे बडे रणशूर राजेरजवाड्यांविषयी, थोडासा विचार करून पाहिल्याबरोबर, ते अक्षरशून्य असल्यामुळे त्याजवर व त्यांच्या घराण्यांवर कसकसे अनर्थ कोसळ्ळे हे सहज तुमचे लक्षांत येईल; यास्तव त्याविषयी तूर्त येथे पुरे करितो. असो, येथील छप्पन देशांतील राजांनी सदरचे लोकसत्तात्मक राज्याची कांस सोडिली, व त्यामुळे आर्य ब्राह्मणांनी दस्यू वगैरे लोकांची वाताहात करून हा काळपावेतो त्यांची अशी विटंबना करीत आहेत, हे त्यांच्या कर्मानुरूप त्यांस योग्य शासन मिळाले, यांत काही संशय नाही, तथापि इराणापलीकडे ग्रीशियन लोकांनी, पहिल्यापासून प्रजासत्ताक राज्य आपल्या काळजीपलीकडे संभाळून ठेविले होते. पुढे जेव्हा इराणांतील मुख्य बढाईखोर **''झरक्सिस''** यानें ग्रीक देशाची वाताहात करण्याकरिता मोठ्या डामडौलाने आपल्याबरोबर लक्षावधि फौज घेऊन, ग्रीस देशाचे सरहद्दीवर जाऊन तळ दिला, तेव्हां स्पार्टा शहरातील तीनचारशे स्वदेशाभिमानी शिपायांनी रात्री एकाएकी थरमॉपलीच्या खिंडींतून येऊन, त्यांचे छावणीवर छापा घालून सर्व इराणी फौजेची त्रेधात्रेधा करून, त्यांस परत इराणांत धुडकावून लाविले. हा त्यांचा कित्ता इटाली देशातील रोमन लोकांनी जेव्हा घेतला, तेव्हा ते लोक प्रजासत्तात्मक राज्याच्या संबंधानें एकंदर सर्व युरोप, एशिया व अफ्रिका खंडांतील देशांत विद्या, ज्ञान व धनामध्ये इतके श्रेष्ठत्व पावले की, त्यांच्यामध्ये मोठमोठे नामांकित वक्ते व सिपियोसारखे स्वदेशाभिमानी योद्धे निर्माण झाले. त्यांनी आफ्रिकेतील हनीबॉलसारख्या

रणधीरांचा नाश करून यथास्थित शासन केले. नंतर त्यांना पश्चिम समुद्रात ग्रेट ब्रिटन बेटांतील, अंगावर तांबड्यापिवळ्या मातीचा रंग देऊन कातडी पांघरणाऱ्या रानटी इंग्लिश वगैरे लोकांस, वस्त्रपात्रांचा उपयोग करण्याची माहिती करून देऊन, आपल्या हातांत चारपाचशे वर्षे छडी घेऊन त्या लोकांस प्रजासत्तात्मक राज्याचा धडा देऊन वळण लावीत होते; तो इकडे रोमन सरदारांपैकी महाप्रतापी ज्युलीयस सीझरने आपल्या एकंदर सर्व कारकीर्दीत सहा लक्ष रोमन शिपायांस बळी देऊन अनेक देशांतील पिढीजाद राजेरजवाड्यांवर वर्चस्व बसविल्यामुळे, त्याच्या डोळ्यावर ऐश्वर्याची इतकी धुंदी आली की, त्याने आपल्या मूळ प्रजासत्तात्मक राज्यरूप मातेवर डोळे फिरवून, तिच्या सर्व आवडत्या लेकरांस आपले दासानुदास करून, आपण त्या सर्वांचा राजा होण्याविषयी मनामध्ये हेतु धरिला. त्या वेळेस तेथील महापवित्र स्वदेशाभिमानी, ज्यांना असे वाटले की, या राज्यसत्तात्मकतेपासून पुढे होणारी मानहानी आमच्याने सहन होणार नाही, त्यांपैकी ब्रूटस नांवाचा एक गृहस्थ, आपली हातात नागवा खंजीर घेऊन, ज्युलियस सीझर प्रजासत्तात्मक राज्यमंदिराकडे सिंहासनारूढ होण्याचे उद्देशाने जात असतां, वाटेमध्ये त्याचा मार्ग रोखून उभा राहिला. नंतर ज्युलियस सीझर आपल्या मार्गांत आडवा आलेल्या ब्रूटसच्या डोळ्यांशी डोळा भिडवल्याबरोबर मनामध्ये अतिशय खजिल होऊन, आपल्या जाम्याच्या पदराने तोंड झांकतांच, ब्रूटसानें आपल्या स्वदेशबांधवांस भावी राज्यसत्तात्मक शृंखलेपासून स्वलंब करण्यास्तव परस्परामध्ये असलेल्या मित्रत्वाची काडीमात्र पर्वा न करिता, त्याच्या (ज्युलियस सीझरच्या) पोटांत खंजीर खुपसून, त्याचा मुडदा धरणीवर पाडला. परंतु ज्युलियस सीझरने पूर्वी सरकारी मेजवान्या दिल्या होत्या त्यामुळे तेथील बहुतेक ऐषआरामी सरदार त्याचे गुलाम झाले होते, सबब पुढे चहूंकडे भालेराई होऊन, तेथील प्रजासत्तात्मक राज्याची इमारत कोसळून, **बारा सीझरांचे** कारकीर्दीचे अखेरीस रोमन लोकांच्या वैभवाची राखरांगोळी होण्याच्या बेतात रोमन लोक, इंग्लिश वगैरे लोकांस जागचे जागी मोकळे सोडून, परत आपल्या इटाली देशांत आले. परंतु त्याच वेळी इंग्लिश लोकांचे आसपास स्कॉच, स्याक्सन वगैरे लोक अट्टल उत्पाती असल्यामुळे त्यांनी एखाद्या बावनकशी सुवर्णामध्ये तांब्यापितळेची भेळ करावी. त्याप्रमाणे त्या प्रजासत्ताक राज्यपद्धतीमध्ये वंशपरंपराधिरूढ बडे लोकांची व राजांची मिसळ करून, त्या सर्वांचे एक भलेमोठे तीन धान्यांचे गोड मजेदार कोडबुळे तयार करून, सर्वांची समजूत काढली. त्या देशांत जिकडे तिकडे डोंगराळ प्रदेश असल्यामुळे लागवड करून सर्वांचा निर्वाह होण्यापुरती जमीन नसून, थंडी अतिशय; सबब तऱ्हेत्हेच्या कलाकौशल्य व व्यापारधंद्याचा पाठपुरावा करितांच, ते या पृथ्वीच्या पृष्ठभागावरील एकंदर सर्व बेटांसह चार खंडात विद्या, ज्ञान व धन संपादन करण्याचे कामी अग्रगण्य होत

आहेत, तो इकडे आरबस्थानांतील हजरत महमद पैगंबराचे अनुयायी लोकांनी इराणांतील मूळच्या आर्य लोकांच्या राज्य वैभवासह त्यांची राखरांगोळी करून, या ब्राह्मणांनी चावून चिपट केलेल्या अज्ञानी हिंदुस्थानांत अनेक स्वाऱ्या करून हा सर्व देश आपल्या कबजात घेतला. नंतर मूसलमानी बादशहा दिवसा तानसेनी गाणी ऐकून रात्री जनानखान्यात लंपट झाले आहेत, इतक्यांत महाकुशल इंग्रजांनी मुसलमानांच्या पगड्यावर घण मारून हा देश सहज आपल्या बगलेत मारला यात त्यांनी मोठा पुरुषार्थ केला असे मी म्हणत नाही. कारण येथील एकंदर सर्व प्रजेपैकी एक दशांश ब्राह्मणांनी आपल्या कृत्रिमी धर्माच्या आडून लेखणीच्या जोराने, धर्म व राजकीय प्रकरणी बाकीच्या नऊ दशांश लोकांस विद्या, ज्ञान, शौर्य, चातुर्य व बल याहींकरून हीन करून ठेविले होते. परंतु यापुढे जेंव्हा इंग्रज लोकांस नऊ दशांश शूद्रादि अतिशूद्र लोकांचा स्वभाव सर्व कामांत रानटी व आडमठपणाचा असून ते सर्वस्वी ब्राह्मणांचे धोरणाने चालणारे, असे प्रचितीस आले; तेव्हा त्यांनी महाधूर्त ब्राह्मणास नाना प्रकारच्या लालची दाखवून एकंदर सर्व कारभार त्यांजकडे सोपवून, आपण सर्व काळ मौल्यवान वस्त्रे, पात्रे, घोडे, गाड्या व खाण्यापिण्याच्या पदार्थांत लंपट होऊन, त्यांमध्ये मन मानेल तसे पैसे उधळून, सर्व युरोपियन व ब्राह्मण कामगारांस मोठमोठ्या पगारांच्या जागा व पेनशने देण्यापुरते महामूर द्रव्य असावे या हेतूने, कोरड्या ओल्या कोंड्याभोंड्यांच्या भाकरी खाणाऱ्या, रात्रंदिवस शेतात खपणाऱ्या कष्टाळू शेतकऱ्याच्या शेतावर दर तीस वर्षांनी, पाहिजेल तसे शेतसारे वाढवून, त्यांच्या अज्ञानी मुलांबाळांस विद्या देण्याची हूल दाखवून, त्या सर्वांच्या बोडक्यावर लोकलपूंड या नांवाचा दुसरा एक कराचा बोजा लादला. आणि त्यांनी (शेतकऱ्यांनी) आपल्या मुलांबाळांसह रात्रंदिवस शेतात खपून धान्य, कापूस, अफू, जवस वगैरे काला किता मोठ्या कष्टाने कमावून शेतसाऱ्यासुद्धा लोकलफंडाचे हप्ते अदा करण्याकरितां त्या सर्व जिनसांस बाजारात नेऊन दान करावयास जाण्याचे राजमार्गांत, दर सहा मैलांवर जागोजागी जकाती बसवून त्यांजपासून लाखो रुपये गोळा करू लागले. जे आपल्या विपत्तीत आसपासच्या जंगलांतील गवत लाकूडफाटा व पानफुलांवर गुराढोरांची व आपली जतणुक करीत असत, ती सर्व जंगले सरकारने आपल्या घशांत घातली, त्यांच्या कोंड्याभोंड्याच्या भाकरीबरोबर तोंडी लावण्याच्या मिठावरसुद्धा भली मोठी जकात बसविली आहे. तसेच शेतकऱ्याचे शेतात भरपूर पाणी असल्याने त्यांच्या जितराबाचा बचाव होऊन त्यास पोटभर भाकर व अंगभर वस्त्र मिळावे, असा वरकांति भाव दाखवून, आतून आपल्या देशबांधव युरोपियन इंजिनीयर कामगारांस मोठमोठे पगार देण्याचे इराद्याने, युरोपांतील सावकारांस महामूर व्याज देण्याचा हेतु मनी धरून त्यांचे कर्ज हिंदुस्थानच्या बोडक्यावर वाढवून, त्या कर्जापैकी लक्षावधि रुपये खर्ची घालून जागोजाग कालवे

बांधिले आहेत. व त्या कालव्यांतील पाण्याची किंमत अज्ञानी शेतकऱ्यांपासून मन मानेल तशी घेऊन, त्यांच्या शेतात वेळच्या वेळीं तरी पाणी देण्याविषयी सरकारी कामगारांकडून बरोबर तजवीज ठेवली जाते काय ? कारण या इरिगेशनखात्यावरील बेपर्वा युरोपियन इंजिनीयर आपली सर्व कामें ब्राह्मण कामगारांवर सोपवून आपण वाळ्याचे पडद्याचे आंत बेगमसाहेबासारखे ऐषआरामात मर्जीप्रमाणे कामे करीत बसतात. इकडे धूर्त ब्राह्मण कामगार आपली हुशारी दाखविण्याकरिता इंजिनीयर साहेबांचे कान फुंकून त्यांजकडून, पाहिजेल तेव्हां, पाहिजेल तसे जुलुमी ठराव सरकारांतून पास करून घेतात. त्यांपैकी येथे एक नमुना घेतो. तो असा की : - वक्तशीर कालव्यांतील पाणी सरत्यामुळे शेतकऱ्यांची एकंदर सर्व जितरावांची होरपळून राखरांगोळी जरी झाली, तरी त्याची जोखीम इरिगेशन खात्याचे शिरावर नाही. अहो, जेथें हजारो रुपये दरमहा पगार घशांत सोडणाऱ्या गोऱ्या व काळ्या इंजिनीयर कामगारांस, धरणात हल्ली किती गॅलन पाणी आहे, याची मोजदाद करून ते पाणी पुढे अखेरपावेतो जेवढ्या जमिनींस पुरेल, तितक्याच जमिनीच्या मालकांस पाण्याचे फर्में घ्यावे, असा तर्क नसावा काय ? अहो, या खात्यांतील कित्येक पाणी सोडणाऱ्या कामगारांचे पाण्यासाठी आर्जव करितां करितां शेतकऱ्यांचे नाकास नळ येतात. अखेर, जेव्हा शेतकऱ्यांस त्याजकडून पाणी मिळेनासे होते, तेव्हा शेतकरी त्यांचेवरील धूर्त अधिकाऱ्यांकडे दाद मागण्यास गेले की, पाण्याचेऐवजी शेतकऱ्यांवर मगरुरीच्या भाषणांचा हल्ला[२०] मात्र होतो. अशा या न्यायीपणाचा डौल मिरविणाऱ्या सरकारी चाकरांनी, कर्जबाजारी दुबळ्या शेतकऱ्यांपासून पाण्याचे भरपूर दाम घेऊन, त्यांच्या पैशापुरते भरपूर पाणी देण्याचेऐवजी, आपल्या उंच जातीच्या तोऱ्यांत शेतकऱ्यांशी मगरुरीची भाषणे करणे, या न्यायाला म्हणावे तरी काय ? सारांश, आमचे न्यायशील सरकार आपले हाताखालच्या ऐषआरामी व दुसरे धूर्त कामगारांवर भरोसा न ठेवितां शेतकऱ्यांचे शेतास वेळच्या वेळीं पाणी देण्याचा बंदोबस्त करून, पाण्यावरचा दर कमी करीत नाहीत, म्हणून सांप्रत काळी शेतकऱ्यांचे दिवाळे निघून सरकारांस त्यांच्या घरादारांचे लिलाव करून, ते सर्व पैसे या निर्दय कामगाराचे पदरी आवळावे लागतात. यास्तव आमचे दयाळू सरकारांनी दर एक शेतकऱ्याच्या शेताच्या पाण्याच्या मानाप्रमाणे प्रत्येकास एकेक तोटी करून द्यावी, जीपासून शेतकऱ्यांस जास्त पाणी वाजवीपेक्षा घेता न यावे. आणि तसे केले म्हणजे पाणी सोडणारे कामगारांची सरकारास जरूर न लगतां, त्यांच्या खर्चाच्या पैशाची जी बचत राहिल, ती पाणी घेणाऱ्या शेतकऱ्यांस पाणी घेण्याचे दर कमी करण्याचे कामी चांगली उपयोगी पडेल. व हल्ली जो आमच्या विचारी सरकारांनी पाण्यावरचे दर कमी करण्याचा ठराव केला आहे, तो ''इरिगेशन'' खात्यास एकीकडे ठेवण्याचा प्रसंग टाळतां येईल. तसेच अज्ञानी शेतकऱ्यांचे मागे आताशी लोकलफंडासारखा

नवीन एक दुसरा म्युनिसिपालिटीचा जबरदस्त बुरदंडा योजून काढिला आहे. तो असा कीं, शेतकऱ्यांनी शेतात तयार करून आणिलेला एकंदर सर्व भाजीपाला वगैरे माल शहरांत आणितेवेळी त्या सर्व मालावर म्युनिसिपालिटी जकात घेऊन शेतकऱ्यांस सर्वतोपरी नाडिते. कधी कधी शेतकऱ्याने गाडीभर माळवे शहरात विकण्यकिरिता आणिल्यास त्या सर्व मालाची किंमत बाजारात जास्तीकमती वजनाने घेणारे देणारे दगेबाज दलालाचे व म्युनिसिपालिटीचे जकातीचे भरीस घालून गाडीभाडे अंगावर भरून, त्यास घरी जाऊन मुलाबाळांपुढे शिमगा करावा लागतो. अहो, एकट्या पुणे शहरांतील म्युनिसिपालटीचे आताच वार्षिक उत्पन्न सांगली संस्थानचे उत्पन्नाची बरोबरी करू लागले. त्याचप्रमाणे मुंबईतील टोलेजंग म्युनिसिपालिटीच्या उत्पन्नाचे भरीस पतंसचिवासारखी दहाबारा संस्थानें घातली, तरी तो खड्डा भरून येणे नाही. यावरून ''उपरकी तो खूप बनी और अंदरकी तो राम जानी'' या प्रसिद्ध म्हणीप्रमाणे प्रसंग गुजरला आहे. जिकडे पहावे तिकडे दुतर्फा चिरेबंदी गटारे बांधलेले विस्तीर्ण रस्ते, चहूकडे विलायती खांबावर कंदिलांची रोषणाई, जागोजाग विलायती खापरी व लोखंडी नळांसहित पाण्याच्या तोट्या, मुत्र्या, कचऱ्याच्या गाड्या वगैरे सामानांचा थाट जमला आहे. परंतु पूर्वीचे राजेरजवाडे जरी मूर्तिपूजक असून इंग्रज लोकांसारखे विद्वान नव्हते, तरी त्यांनी आपल्या रयतेच्या सुख संरक्षणाकरिता मोठमोठ्या राजमार्गांचे दोन्ही बाजूंनी झाडें, जागोजाग गांवकुसू पूल, बहुतेक ठिकाणी, भुईकोट, किल्ले व गढ्या, कित्येक ठिकाणी धरणे, कालवे, विहिरी, तलाव, व अहमदनगर, औरगाबाद, विजापूर, दिल्ली, पुणे वगैरे शहरांतून मजबूत पाण्याचे नळ, हौद. देवालये, मशिदी व धर्मशाळा, मोऱ्या, पाणपोई वगैरे सरकारी खजिन्यांतील द्रव्य खर्ची घालून तयार केल्या होत्या. हल्लीचे आमचे महातत्त्वज्ञानी खऱ्या एका देवास भजणारे इंग्रज सरकार बहादर, म्युनिसिपालिटीचे द्वारे अन्य मार्गाने रयतेचे द्रव्य हरण करून, त्या द्रव्यापासून सदरची कामे पुरे करू लागल्यापासून, आतून रयतेस दिवसेंदिवस प्रामाणिकपणाने चरितार्थ चालविण्याचे सामर्थ्य कमी कमी होत चालल्यामुळे त्यांस दुर्गुणावलंबन करण्याचे हे एक प्रकारचे शिक्षणच देत आहे. तशांत हल्ली अशा सुबत्तेचे काळांत चार[२१] कोट रयतेस दिवसांतून दोन वेळा पोटभर अन्न मिळत नाही, व ज्यांस भुकेची व्यथा अनुभवल्यावांचून एक दिवससुद्धा सुना जात नाही, असे उघडकीस आले आहे. यास्तव आमच्या न्यायशील सरकारने अक्षरशत्रु शेतकऱ्यांचे शेतांवर वाजवी शेतसारा स्थायिक करून, त्यांस विद्वान करून शेतकीसंबंधी ज्ञान दिले म्हणजे ते पेशवे[२२], टोपे, खाजगीवाले, पटवर्धन, फडके वगैरे निमकहरामी बंडखोर ब्राह्मणांचे नादी लागून, आपल्या प्राणास मुकणार नाहींत. शिवाय या देशांत इंग्रजाचे राज्य झाल्या दिवसापासून इंग्लंडांतील विद्वान कसबी लोक आपल्या अकलेच्या जोराने यंत्रद्वारे तेथे तयार केलेला माल, येथील सर्व अक्षरशून्य ढोरामांगांपासून

तो लोहार व विणकरांचे पोटावर पाय देऊन, त्यांजपेक्षा स्वस्त विकू लागले. यास्तव येथील तांदूळ, कापूस, अळशी, कातडी वगैरे मालाचा खप इकडे न जाहल्याने तो माल इंग्लडांतील व्यापारी पाहिजे त्या दराने स्वस्त खरेदी करून, विलायतेंतील कसबी लोकांस विकून त्याच्या नफ्यावर कोट्याधीश बनले आहेत. सारांश या सर्व कारणांमुळे शेतकऱ्यांनी लागवडीकडे केलेला खर्चसुद्धा उभा राहणेची मारामार पडते. तेव्हां ते मारवाड्यापासून कर्ज काढून सरकारी पट्टी देतात. व याविषयी बारीक चौकशी करण्याकरिता नेमलेल्या ऐषआरामांत गुंग असणाऱ्या व संध्या-सोवळे यामध्ये निमग्न असणाऱ्या भट सरकारी कामगारांस फुरसत तरी सापडते काय ? त्यातून इकडील कित्येक मोठ्या आडनांवाच्या सभांतील सरकारी चोंबड्या नेटिव्ह चाकरांनी "शेतकरी लोक लग्नकार्यनिमित्याने बेलगामी खर्च करितात म्हणून ते कर्जबाजारी झाले आहेत.'' अशी लटकीच पदरची कंडी उठविल्यावरून, महासमुद्राचे पलीकडील आमच्या महाज्ञानी, चार चार घोड्यांच्या चारटांत बसून फिरणाऱ्या मेंढपाळ स्टेट सेक्रेटरीस, शेतकऱ्यांचे पोकळ ऐश्वर्य जेव्हा पाहवेना, तेव्हा त्यांनी तेथील कसबी लोकांनी तयार केलेल्या विलायती जिनसांवर जकात अजिबात काढून टाकली. येथें त्यांनी आपल्या शहाणपणाची कमाल केली ! त्यांनी आपले बडेबडे सावकारांस सालदरसाल सुमारे पांच कोट रुपये व्याज देण्याविषयी मनांत काडीमात्र विधिनिषेध न आणता, येथील कायदेकौन्सिलचे द्वारे ज्या लोकांस गरीबीचा इंगा बिलकुल ठाऊक नाही, अशा ऐषआरामी युरोपियन व सोवळ्या नेटिव्ह जज्जांकडून गरीब बापड्या तुटपुंज्या सावकाराचें अजिबात व्याज खुंटविण्याचे सोंग उभे करविले आहे. अहो, सरकारचे मनांत जर आम्हां कंगाल शेतकऱ्यांविषयी खरोखर कळवळा आहे, तर ते आपले विलायती सावकारांचे एक रकमेचे व्याज अजिबात बंद का करीत नाहीत ? आणि तसे केल्याबरोबर शेतकऱ्यांचे पाय कसे थारी लागत नाहीत, हे पाहू बरें. परंतु आमच्या सरकारने मध्येच एखादी नवीन मोहीम परदेशांत उपस्थित करून तिकडे ही वाचविलेली रक्कम खर्चीं घालू नये, म्हणजे त्यांच्या न्यायीपणाची चहूकडे वाहवा होईल व मे. वेडरबर्नसाहेबासारख्या परोपकारी, उदार पुरुषांनी प्रथम आपल्या विलायती सरकारचे व्याज अजीबात कमी करण्याविषयी सरकारची चांगली कानउघाडणी करण्याचे काम एकीकडे ठेवून, अशा नव्या ब्यांकी उपस्थित करण्याचे नादी लागून शेतकऱ्याचे माथ्यावर अपेशाचे खापर फोडू नये. कारण त्यापासून कोणत्याही पक्षाचे हित होणे नाही, इतकेच नव्हे परंतु याशिवाय आमचे गव्हरनर जनरलसाहेबांनी एकंदर सर्व लष्करी, न्याय, जंगल, पोलिस, विद्या वगैरे लहानमोठ्या सरकारी खात्यांतील शंभर रुपयांचे पगारावरील कामगारांचे पगार व पेनशनी कमी करण्याविषयी आपल्या मुख्य विलायती सरकारास शिफारस करून, त्याविषयी बंदोबस्त केल्याविना, शेतकऱ्यांस पोटभर अन्न व

अंगभर वस्त्र मिळून त्यांचे कपाळचा कर्जबाजारीपणा सुटणार नाही. शेतकऱ्यांनी आपल्या बायकामुलांसह रात्रंदिवस शेतात खपावे, तरी त्यास शेतसारा व लोकलफंड वारून आपल्या कुटुंबातील दर माणशी दरमहा तीन तीन रुपयेही पडत नाहींत; आणि साधारण युरोपियन व नेटीव्ह सरकारी कामगारांस दरमहा पंधरा रुपये नसत्या किरकोळ खर्चास व दारुपाण्याससुद्धा पुरत नाहीत. मग कलेक्टर वगैरे कामगारांसारख्या नबाबांचे येथील बेलगामी किरकोळ खर्चाविषयी गोष्ट काढल्यास आमचे कोण ऐकतो ? यास्तव आपण, येथील एक आठ बैली कुणबाया ओढणारा शूद्र शेतकरी असून त्याचे चारपांच कर्ते मुलगे आहेत व ज्याचें कुटुंबातील सुनाबाळी एकापेक्षा एक अधिक एकमेकींच्या पायावर पाय देऊन चढाओढीने, घरीं व शेतीत, रात्रंदिवस खपणाऱ्या आहेत, व जो ब्राह्मण, गुजर अथवा मारवाडी सावकाराची फुटकी कवडीसुद्धा कर्ज देणे लागत नाही, अशाची स्थिती, येथील एका युरोपियन पलटणीतील साधारण गोऱ्या सोजराच्या स्थितीशी सूक्ष्म रीतीने तुलना करून पाहिली असता, त्यामध्ये काशीरामेश्वरापेक्षांही जास्ती अंतर दिसून येते. इकडे शूद्र शेतकरी लंगोटी नेसून करगुट्याला चुनातंबाखूची गुंतविलेली बटवी, डोईवर चिंध्यांचे पागोटे, उघडाबंब, अनवाणी, हातांत नागराची मूठ धरून भर कडक उन्हामध्ये सर्व दिवसभर, शिंपलेवजा नोकदार धसकटांनी युक्त अशा खरबरीत ढेकळांतून आठ बैलाशी झटे घेता घेता गीत गाऊन नांगर हाकीत आहे; तिकडे गोरा शिपाई पायांत पाटलोन, अंगांत पैरणीवर लाल बनाती डगले, डोईवर कलाबूतचा कशीदा काढलेली नखरेदार टोपी, पायांमध्ये सुती पायमोज्यावर विलायती बजविलेल्या मजबूत मऊ कातड्याचा बूट, कंबरेवर कातड्याचें तोस्तान व खांद्यावर चापाची बंदूक घेऊन, दररोज सकाळी अथवा सायंकाळी हवाशीर मैदानांत तास अर्धा तास परेडीची कसरत करीत आहे. इकडे शूद्र शेतकऱ्यांचा पिढीजादा दरबारी पोशाख म्हटला म्हणजे, जाडाभरडा खादीचा दुहेरी मांडचोळणा, बंडी, पासोडी, खारवी पागोटे आणि दोरीने आळपलेला गावठी जोडा, ज्यांची निहारी व दुपार संध्याकाळचे जेवण जोंधळे, नाचणीची किंवा कोंड्याभोंडयाच्या भाकरी, वा गाजरेंरताळाची वरू, कालवण आमटी अथवा बोंबलाचे खळगुट, तेही नसल्यास चटणीच्या गोळ्याशिवाय भाकरीवर दुसरे काही मिळवायचे नाही. चटणी भाकर का होईना, परंतु ती तरी वेळच्या वेळी व पोटभर त्यास मिळते काय ? राहते घर बैलांच्या गोठ्याशेजारी असून ज्याच्या उशापायथ्याशी तीन्ही वासरे, पारडी अथवा कडे बांधलेली असल्यामुळे घरात चहूकडे मुतारीची उबट घाण चालली आहे, फाटके पटकूर व मळकट गोधडीचे अंथरुण पांघरुण, सर्व गांवच्या म्हशी पाण्यांत बसून बसून खराब झालेल्या डोहाचे खालचे बाजूस उकरलेल्या डहुऱ्यांतील पाणी पिण्याचे गावातील खिंडार तेच त्यांचा शेतखाना, तशांत मोडशी होऊन त्यास जळताप आल्यास चांगल्या औषधी व त्यांचा माहीतगार डॉक्टरांच्या

नांवाने आवळ्याएवढे पूज्य, याशिवाय सरकारी शेतसारा वगैरे फंड व पट्ट्या कोठून व कशा द्याव्यात, यासंबंधी त्यांच्या उरावर कटार टांगलेली असते, अशा अभागी शेतकऱ्यांची अक्कल गुंग होणार नाही, असे एखाद्या वाकबगार गोऱ्या अथवा काळ्या डाक्टराच्याने छातीस हात लावून म्हणवेल काय ? तिकडे सरकार विलायतेहून गोऱ्या शिपायांच्या पोषाकाकरिता उंची कपडे, बनाती, रुमाल, पायमोजे, बूट खरेदी करून आणविते, सरकार त्यांच्या खाण्यापिण्याकरिता उत्तम गहू, तांदूळ, डाळ, निकोपी तरुण गायी, शेळ्या व मेंढ्यांचे मांस, विलायती पोरंटरं वगैरे अंमली दारू, निर्मळ तेल, तूप, दूध, साखर, चहा, मीठ, मिरच्या, गरम मसाला, सुरी, कांटा वगैरे सामान येथे खरेदी करून, ख्रिस्ती आचाऱ्याकडून तीन वेळा ताजा पाक सिद्ध करवून त्यास वेळचे वेळी आयते जेवू घालितात. त्यास राहण्याकरिता लाखो रुपये खर्ची घालून सरकारने दोन मजली टोलेजंग बराकी बांधल्या आहेत. जीमध्ये लोखंडी खाट, बिछान्यावर उशी, पलंगपोसासह धावळीची सोय केली असून वरती रोषणाईसाठी हंडी लोंबत आहे. बराकीचे आंगणात स्नानाकरिता न्हाणी करून तिजमध्ये ''फिल्टर'' केलेल पाण्याची तोटी सोडली आहे. त्याचप्रमाणे स्वच्छ सोयीचे शौचकूप केलेच आहे. तशांत अजीर्णामुळे किंचित् खोकला किंवा ताप आला की, त्यांच्या जिवासाठी दवाखाना तयार केलेला असून त्यामध्ये शेकडो रूपये किंमतीची औषधे, शस्त्रे वगैरे ठेवून त्यावर हजारो रुपये दरमहा पगाराच्या डाक्टराची नेमणूक करून, त्यांच्या तैनातीत डोलीसुद्धा हमाल दिलेले आहेत. याशिवाय त्यास 'देण्यामागण्याची काळजी नसून, घर, शेतखाना, झाडू, पाणी, रस्ता, शेत व लोकलफंड पट्टी वगैरे देण्याची ददात नसून, असमानी व टोळ्यांच्या सुलतानीविषयी बिलकूल काळजी नाही आणि यावरूनच आपण सोवळ्यांतील नेटिव्ह कामगारांस धि:काराने म्हणतो की, पहा हा नेटिव्ह कामगार, ऐषआरामी युरोपियन कामगारांचे पुढे पुढे करून अज्ञानी शेतकऱ्यांपासून लाच खाऊन कसा सोजरासारखाच लाल गाजर पडला आहे. काय हा उधळेपणा ! याला म्हणावे तरी काय ? यास्तव आमचे डोळे झाकून निराकार परमात्म्याची प्रार्थना करणाऱ्या, विलायती सरकारने येथील धूर्त ब्राह्मणांनी उपस्थित केलेले समाजांच्या व वर्तमानपत्रांच्या गुलाबी लिहिण्यावर बिलकुल भरंवसा न ठेविता, एकंदर सर्व आपल्या सरकारी खात्यांतील गोऱ्या व काळ्या कामगारांस वाजवीपेक्षा जास्ती केलेले पगार अजिबात कमी करून, अज्ञानाने गांजलेल्या दुबळ्या शूद्र शेतकऱ्यांस विद्यादान[२३] देऊन त्यांच्या बोडक्यावरील शेतसारा, टोल वगैरे पट्ट्या कमी न केल्यास, थोड्याच काळांत या जुलुमाचा परिणाम फार भयंकर होणार आहे, असे आमच्या ऐषआरामी उधळ्या सरकारचे कानांत सांगून या प्रसंगी पुरे करितो.

★

१. बायबल, उत्पत्ति, अ. १ ओ. २० व अ.२ ओ. ७.

२. मनुसंहिता अ. १, श्लो ३१.

३. Captain James Cook's Voyages Round the World, Chapter V, page
262.

४. बायबल, उत्पत्ति अ. २ ओं. २५. Captain James Cook's Voyages
Round World, Chapter V, pages 257, 278 and 279.

५. By F. Max Muller, M.A. Lecture III, page 137.

६. John Wilson's India Three Thousand Years Ago, pages 62 and 63.

७. Works by the late Horace Hayman Wilson, M.A. Professor of Sanskrit.
page 6. Vrihaspati has the following texts to this effect. [Quoted in the
Sarva Darsana, Calcutta edition, page 3 and 6, and with a. V.I.
Prabodach, ed. Brockhaus, page 30]:
अग्निहोत्रं त्रयोवेदोस्त्रिदंडं भस्मगुंठनम ॥ बुद्धिपोषहीतांनां जीविकेति बृहस्पति: ॥
"The Agnihotra, the Three Vedas, the Tridanda, the smearing of
Ashes, are only the livelihood of those who have neither intellect nor
spirit." After ridiculing, he says,Ó
ततश्र जीवनोपायो ब्राह्मणै विदितस्त्विह ॥ मृतानां प्रेतकार्याणि न त्वन्यद्विद्यते
क्वचित् ॥
 Hence it is evident that it was a mere contrivance of Brahamans to
gain a livelihood, to ordain such ceremonies for the dead and no
other reason can be given fort them. Of the Vedas, he says, त्रयो
वेदस्य कद्वरो भंड धूर्त निशाचरा: ॥ The three authors of the Vedas
were Buffoons, Rogues and Fiends and Fiends and cites texts in
proof of this assertion.
 'John Wilson's India Three Thousnand Years Ago[page 196. They
appear also to have been a fair complexioned people[at least com
paratively, and forgeign invaders of India, as it is said that Indra (the
God of the Ether or Firmament) divided the fields among his white
complexioned friends after destroying the indigenous Barbarian races,
for such there can be litte doubt. We are to understand by the
expression, Dasyu, which so often occurs and which is often de
fined to signify one who not only does not perform religious rites but
attempts to harass their performars. The dasyus, here mentioned,
are doubtless the Dagyas of the Parsi sacred writings, and the Dakyas
of the Behistian tablets, rendered by ""countries"" or ""povincess""
probably of an exterior position to be the Goim and Gentiles of the
Hebrews. They were not altogether Barbarians; for they had distinc
tive cities and other establishments of at least a partial civilization,
though the Aryans lately from more bracing climes than those which
they inhabited, proved too strong for them.\

८. John Wilson's India Three Thousand Years Ago, page 29. Of the
Dasyas mentioned often in the Vedas in contrast with the Aryans, no

such traces can be found, though they are once of twic mentioned by Manu. The Word Das, derived from dasyu[ultimately came to signify a bondman. In this sense, it has its anologue in our word slave, derived from the Slavi Peole, so many of whom have become serfs in teh modern regions of their abode. Some of the names of the Dasyas and other enemines of the Aryan race mentioned in the Vedas seem to have been of the Aryan origin; but we see from the non-Sanskrit elements in the Indian languages, that they must have belonged principally to various immigrations of the Scythian or Turanian of the human race.

१०. गोडबोल्यांच्या महाराष्ट्र देशाच्या इतिहासातील प्रोफेसर भांडारकरांची सूचना पृ. १ व क. २. John Wilson's India Three Thousand Years Ago, page 28.

११. John Wilson's India Three Thousand Years ago, Pages 17 and 18.

१२. John Wilson's India Three Thousand Years ago, pages 20 and 21.

Among Peoples hostile to the Aryas, we also find noticed the Ajasas, Yakshas, Shigravas, Kikatas and others. The enemies of the Aryas are sometimes expressly mentioned as having a black skin; "He (Indra) punished for men those wanting religious rites tore off their skin. The Pishachas are said to have been tawny coloured."

१३. John Wilson's India Three Thousand Years Ago, Page 49. Dr. John Muir, in his "Original Sanskrit Texts", pages 44-56, has given a series of passages sufficient to prove that according to the tradions received by the compilers of the ancient legendary history fo India (traditions so general and undisputed as to prevail over even their storng hierarchical pre-possessions), Brahmanas and Kshartriyas were at least in many cases referred to by Dr. Muir are the same as those of the parties mentioned in the first paragraph of this note.

१४. W. H. Prescott's History of peru and Brazil, vol. I, page 66.

१५. W. H. Prescott's History of Peru and Brazil, Volume III, Appendix No. 1, pages 156, 157 and 159.

१६. A Sepoy Revolt by Henry Mead, pages 135, 136 and 137.

१७. The Laws of Manu, Son of Brahma, by Sir William Jones, Volume VII, Pages, 211, 214, 217, 224, 260, 262, 335, 392, 397.

१८. The Laws of Manu, son of Brahma, by Sir William Jones, Vol. VII, Pages 398 and Vol. VIII, pages 33, 42, 73, 79, 85, 105, 106 and 118.

१९. जड अथवा श्रेष्ठ.

२०. हा आरोप आमचे लोकप्रिय निःपक्षपाती मि. विश्वनाथ दाजीसारखे जे कित्येक गृहस्थ असतील त्यांस लागू नाही. अस निर्मळ मनाचे पुरुष सरकारी ब्राह्मण कामगारांत थोडे सापडतात.

२१. Journal of the East India Association, No. 3, Vol. VII, page 124.

२२. A Sepoy Revolt by Henry Mead, pages 133 and 134.

२३. A Sepoy Revolt by Henry Mead, Page 280, 81, 82, 83, 85, and 86.

शेतकऱ्यांसहित शेतकीची हल्लींची स्थिती

या प्रकरणाचे आरंभी रात्रंदिवस शेतात खपणाऱ्या कष्टाळू, अज्ञानी शेतकऱ्यांच्या कंगाल व दीनवाण्या स्थितीविषयी वाटाघाट तूर्त न करिता, ज्यांच्या आईच्या आज्याची मावशी अथवा बापाच्या पंज्याची मलगी, शिंद्याचे अथवा गाइकवाडाचे घराण्यातील खाशा अथवा खर्चीं मुलास दिली होती, येवढ्या कारणावरून माळी, कुणबी, धनगर वगैर शेतकऱ्यांत मराठ्यांचा डौल घालून शेखी मिरविणाऱ्या कर्जबाजारी, अज्ञानी कुणब्यांच्या हल्लीच्या वास्तविक स्थितीचा मासला तुम्हास या प्रसंगी कळवितो. एक कुळवाडी एके दिवशी नदीच्या किनाऱ्याजवळच्या हवेशीर दाट आंबराईंतील कलेक्टर साहेबांच्या कचेरीच्या तंबूकडून, मोठ्या त्वेषांत हातपाय आपटून दातओठ खात आपल्या गांवाकडे चालला आहे. ज्याचे वय सुमारे चाळीशीच्या भरावर असून हिम्मतींत थोडासा खचल्यासारखा दिसत होता. डोईवर पीळदार पेचाचे पांढरे पागोटे असून त्यावर फाटक्या पंचाने टापशी बांधलेली होती. अंगात खादीची दुहेरी बंडी व गुढघेचोळणा असून पायांत सातारी नकटा जुना जोडा होता. खांद्यावर जोट, त्यावर खारवी बटवा टाकला असून, एकंदर सर्व कपड्यांवर शिमग्यांतील रंगाचे पिवळे तांबूस शिंतोडे पडलेले होते. पायांच्या टांचा जाड व मजबूत होत्या खऱ्या, परंतु काही काही ठिकाणी उकलून भेगा पडल्यामुळे थोडासा कुलपत चालत होता. हाताच्या कांबी रुंद असून, छाता पसरट होता. चोटिशिवाय भवूक दाढीमिशा ठेवल्यामुळे वरील दोन दोन फाळ्या दातांचा आयब झाकून गेला होता. डोळे व कपाळ विशाळ असून आतील बुबूळ गारोळे भोऱ्या रंगाचे होते. शरीराचा रंग गोरा असून एकंदर सर्व चेहरामोहरा ठीक बेताचा होता. परंतु थोडासा वाटोळा होता. सुमारे बारावर दोन वाजल्यावर घरी पोहोचल्यावर जेवण झाल्यानंतर थोडासा आराम करण्याचे इराद्याने माजघराचे खोलींत जाऊन तेथे वळणीवरील बुरणूस घेऊन त्याने जमिनीवर अंथरला आणि त्यावर उशाखाली घोंगडीची वळकटी घेऊन तोंडावर अंगावरले वस्त्र टाकून निजला. परंतु सकाळी उठून कलेक्टरसाहेबांची

गाठ घेतली व ते आपल्या चहापाण्याच्या व खाण्यापिण्याच्या नादांत गुंग असल्यामुळे, त्याच्याने माझी खरी हकीकत ऐकून घेऊन, त्याजपासून मला हप्ता पुढे देण्याविषयी मुदत मिळाली नाही. या काळजीने त्यास झोप येईना. तेव्हां त्याने उताणे पडून आपले दोन्ही हात उरावर ठेवून आपण आपल्याच मनाशी बावचळल्यासारखे बोलूं लागला–

"इतर गावकऱ्यांसारखा मी पैमाष करणाऱ्या भटकामगारांची मूठ गार केली नाही. यास्तव त्यांनी टोपीवाल्यास सांगून मजवर शेतसारा दुपटीचे वर वाढविला व त्याच वर्षी पाऊस अळम टळम पडल्यामुळे एकंदर माझ्या सर्व शेत व बागाईती पिकास धक्का बसला, इतक्यांत बाप वारला. व याच्या दिवसमासाला बराच खर्च झाला, यामुळे पहिले वर्षी शेतसारा वापरण्यापुरते कर्ज ब्राह्मण सावकारापासून काढून त्यास मळा गहाण देऊन रजिस्टर करून दिला. पुढे त्याने मन मानेल तसे, मुद्दल कर्जावरील व्याजाचे कच्च्यांचे बच्चे करून माझा बारवेचा मळा आपल्या घशांत सोडला. त्या सावकाराच्या आईचा भाऊ रेव्हेन्यूसाहेबांचा दफ्तरदार, चुलता कलेक्टर साहेबांचा चिटणीस, थोरल्या बहिणीचा नवरा मुनसफ आणि बायकोचा बाप या तालुक्याचा फौजदार, याशिवाय एकंदर सर्व सरकारी कचेऱ्यात त्यांचे जातवाले ब्राह्मणकामगार, अशा सावकाराबरोबर वाद घातला असता, तर त्याच्या सर्व ब्राह्मण आप्त कामगारांनी हस्तेपरहस्ते भलत्या एखाद्या क्षुल्लक कारणावरून माझा सर्व उन्हाळा केला असता. त्याचप्रमाणे दुसरे वर्षी घरांतील बायकामुलांच्या अंगावरील किडुकमिडुक शेतसाऱ्याचे भरीस घालून नंतर पुढे दरवर्षी शेतसारा अदा करण्याकरिता गांवातील गुजर-मारवाडी सावकारांपासून कर्जाऊ रकमा काढिल्या आहेत, त्यातून कित्येकांनी हल्ली मजवर फिर्यादी ठोकल्या आहेत व ते कज्जे कित्येक वर्षापासून कोडतांत लोळत पडले आहेत. त्याबद्दल म्या कधी कधी कामगार व वकिलांचे पदरी आवळण्याकरिता मोठमोठाल्या रकमा देऊन, कारकून, चपराशी, लेखक व साक्षीदार यांस भत्ते भरून चिच्यामिच्या देता देता माझ्या नाकास नळ आले आहेत. त्यांतून लांच न खाणारे सरकारी कामगार कोठे कोठे सापडतात. परंतु तोच कामगार फारच निकामी असतात. कारण ते बेपर्वा असल्यामुळे त्यांजवळ गरीब शेतकऱ्यांची दादच लागत नाही व त्यांच्या पुढे पुढे करून जिवलग गड्याचा भाव दाखविणारे हुषार मतलबी वकील, त्यांच्या नावाने आम्हा दुबळ्या शेतकऱ्यांजवळून कुत्र्यासारखे, लाचांचे मागे लाचांचे लचके तोडून खातात. आणि तसे न करावे तर सावकार सांगतील त्याप्रमाणे आपल्या बोडक्यावर त्यांचे हुकुमनामे करून घ्यावेत. यावरून कोणी सावकार आता मला आपल्या दारापाशी उभे करीत नाहीत ! तेव्हा गतवर्षी लग्न झालेल्या माझ्या थोरल्या मुलीच्या अंगावरील सर्व दागिने व पितांबर मारवाड्याचे घरी गहाण टाकून पट्टीचे हप्ते वारले. त्यामुळे तिचा सासरा त्या

बिचारीस आपल्या घरी नेऊन नांदवीत नाही. अरे, मी अभागी दुष्टाने माझ्यावरील अरिष्ट टाळण्याकरिता माझ्या सगुणाचा गळा कापून तिच्या नांदण्याचे चांदणे केले ! आता मी हल्ली सालचा शेतसारा द्यावा तरी कोटून ? बागाईतांत नवीन मोटा विकत घेण्याकरिता जवळ पैसा नाही. जुन्या तर अगदी फाटून त्यांची चाळण झाली आहे. त्यामुळे उंसाचे बाळगे मोडून हुंडीचीहि तीच अवस्था झाली आहे. मकाही खुरपणीवाचून वाया गेला. भूस सरून बरेच दिवस झाले. आणि सरभड गवत, कडब्याच्या गंजी संपत आल्या आहेत. सुनाबाळांची नेसण्याची लुगडी फाटून चिंध्या झाल्यामुळे लग्नांत घेतलेली मौल्यवान जुनी पांघरुणे वापरून त्या दिवस काढीत आहेत. शेती खपणारी मुले वस्त्रवाचून इतकी उघडीबंब झाली आहेत की, त्यांना चारचौघात येण्यास शरम वाटते. घरांतील धान्य सरत आल्यामुळे राताळ्याच्या वरुवर निर्वाह चालू आहे. घरांत माझ्या जन्म देणाऱ्या आईच्या मरतेवेळी तिला चांगले चुंगले गोड धोड करून घालण्यापुरता मजजवळ पैस नाही, याला उपाय तरी मी काय करावा ? बैल विकून जर शेतसारा द्यावा, तर पुढे शेतकी कोणाच्या जीवावर ओढावी ? व्यापारधंदा करावा, तर मला लिहितां वाचतां मुळीच येत नाही. आपला देश त्याग करून जर परदेशात जावे, तर मला पोट भरण्यापुरता काही हुन्नर ठाऊक नाही. कण्हेरीच्या मुळ्या मी वाटून प्याल्यास कर्तीधर्ती मुले आपली कशीतरी पोटे भरतील. परंतु माझ्या जन्म देणाऱ्या वृद्ध बयेस व बायकोसह माझ्या लहानसहान चिटकुल्या लेकरांस अशा वेळी कोण सांभाळील ? त्यांनी कोणाच्या दारांत उभे रहावे ? त्यांनी कोणापाशी आपले तोंड पसरावे ?''

म्हणून अखेरीस मोठा उसासा टाकून रडतां रडता झोपी गेला. नंतर मी डोळे पुशीत घराबाहेर येऊन पहातो तो त्यांचे घर एक मजला कौलारू आहे. घराचे पुढचे बाजूस घरालगत आढेमेढी टाकून बैल बांधण्याकरिता छपराचा गोठा केला आहे. त्यांत दोनतीन उठवणीस आलेले बैल रवंथ करीत बसले आहेत व एक बाजूला खंडी सवा खंडीच्या दोनतीन रिकाम्या कणगी कोपऱ्यात पडल्या आहेत. बाहेर आंगणांत उजवे बाजूस एक आठ बैली जुना गाडा उभा केला आहे. त्यावर मोडकळीस आलेला तुराठ्यांचा कुरकुल पडला आहे. डावे बाजूस एक मोठा चौरस ओटा करून त्यावर एक तुळशीवृंदावन बांधले आहे व त्यालगत खापरी रांजणाच्या पाणईचा ओटा बांधला आहे. पाण्याने भरलेले दोनतीन मातीचे डेरे व घागरी ठेविल्या आहेत. पाणईशेजारी तीन बाजूला छाट दिवाली बांधून त्यांचे आत ओबडधोबड फरशा टाकून एक लहानशी न्हाणी केली आहे. तिच्या मोरीवाटे वाहून गेलेल्या पाण्याचे बाहेरचे बाजूस लहानसे डबके साचले आहे, त्यामध्ये किड्याची बुचबुच झाली आहे. त्याचे पलीकडे पांढऱ्या चाफ्याखाली, उघडी नागडी सर्व अंगावर पाण्याचे ओघळाचे डाग पडलेले असून; खर्जुली, डोक्यांत खवडे, नाकाखाली

शेंबडाच्या नाळी पडून घामट अशा मुलांचा जमाव जमला आहे. त्यांतून कितीएक मुलें आपल्या तळहातावर चिखलाचे डोळे घेऊन दुसऱ्या हातांनी ऊर बडवून "हायदोस, हायदोस" शब्दांचा घोष करून नाचत आहेत; कोणी दारूपिठ्याचें दुकान घालून कलालीन होऊन पायांत बाभळीच्या शेंगाचे तोडे घालून दुकानदारीण होऊन बसली आहे. तिला कित्येक मुलें चिंचोक्याचे पैसे देऊन पाळोपाळीने लटकी पाण्याची दारू प्याल्यावर तिच्या अमलामध्ये एकमेकांच्या अंगावर होलपडून पडण्याचे हुबेहूब सोंग आणीत आहेत. त्याचप्रमाणे घराचे पिछाडीस घरालगत आढे-मेढी टाकून छपरी गोठा केला आहे. त्यांत सकाळी व्यालेली म्हैस, दोनतीन वासरे, एक नाळपडी घोडी बांधली आहे. भिंतीवर जिकडे तिकडे कोण्याकोपऱ्यांनी घागरी, तांबडी गोचिडे चिकटली आहेत. छपराच्या वळचणीला वेणीफणी करितांना निघालेले केसांचे बुचके जागोजाग कोंबले आहेत. त्यालगत बाहेर परसांत एके बाजूस कोंबड्याचे खुराडे केले आहे. त्याशेजारी एकदोन कैकाडी झाप पडलेले आहेत, व दुसरे बाजूस हातपाय धुण्याकरिता व खरकटी मडकी भांडी घासण्याकरिता गडगळ दगड बसवून एक उघडी न्हाणी केली आहे. तिच्या खुल्या दरजांनी जागोजाग खरकटे जमा झाल्यामुळे त्यावर माशा घोंघो करीत आहेत. पलीकडे एका बाजूला शेणखई केली आहे. त्यांत पोरासोरांनी विष्ठा केल्यामुळे चहूंकडे हिरव्या माशा भणभण करीत आहेत. शेजारी पलीकडे एका कोपऱ्यांत सरभड गवत व कडब्यांच्या गंजी संपून त्यांच्या जागी त्या त्या वैरणीच्या पाचोळ्यांचे लहानमोठे ढीग पडले आहेत. दुसऱ्या कोपऱ्यात गोवऱ्यांचा कलवड रचिला आहे, त्याचे शेजारी पलीकडे एका कोपऱ्यांत सरभड गवत व कडब्यांच्या गंजी संपून त्यांच्या जागी त्या त्या वैरणीच्या पाचोळ्याचे लहानमोठे ढीग पडले आहेत दुसऱ्या कोपऱ्यात गोवऱ्यांचा कलवड रचिला आहे, त्याचे शेजारी बाभळीच्या झाडाखाली मोडक्या औतांचा ढीग पडला आहे, त्याच्या खाली विलायती धोतरे उगवले आहेत, त्यामध्ये नुकतीच व्यालेली झिपरी कुत्री आल्यागेल्यावर गुरगुर करीत पडली आहे. शेजारी गवाणीतील चघळचिपाटांचा ढीग पडला आहे. बाकी उरलेल्या एकंदर सर्व परसात एक तरुण बाई घराकडे पाठ करून गोवऱ्या लावीत आहे. तिचे दोन्ही पाय शेण तुडवून तुडवून गुढग्यापावेतो भरले होते. पुढे एकंदर सर्व माजघरात उंच खोल जमीन असून येथे पहावे, तर दळण पाखडल्याचा वेचा पडला आहे; तेथे पहावे, तर निसलेल्या भाजाच्या काड्या पडल्या आहेत. येथे खाल्लेल्या गोंधणीच्या बिया पडल्या आहेत, तेथे कुजक्या कांद्यांचा ढीग पडला आहे, त्यांतून एक तऱ्हेची उबट घाण चालली आहे. मध्ये खुल्या जमिनीवर एक जख्ख झालेली म्हातारी खालीवर पासोडी घालून कण्हत पडली होती. तिच्या उशाशी थोड्याशा साळीच्या लाह्या व पितळीखाली वाटीत वरणाच्या निवळीत जोंधळ्याची भाकर

बारीक कुसकरून केलेला काला व पाणी भरून ठेवलेला तांब्या होता. शेजारी पाळण्यात तान्हे मूल टाहो फोडून रडत पडले आहे. याशिवाय कोठे मुलाच्या मुताचा काळा ओघळ गेला आहे. कोठे पोराचा गू काढल्यामुळे लहानसा राखेचा पांढरा टवका पडला आहे. घरांतील कित्येक कोनेकोपरे चुनातंबाखू खाणाऱ्यांनी पिचकाऱ्या मारून तांबडेलाल केले आहेत, एका कोपऱ्यात तिघीचौघींचे भले मोठे जाते रोविले आहे. दुसऱ्या कोपऱ्यात उखळाशेजारी मुसळ उभे केले आहे, आणि दाराजवळील कोपऱ्यात केरसुणीखाली झाडून लावलेल्या कचऱ्याचा ढीग सांचला आहे; ज्यावर पोरांची गांड पुसलेली चिंधी लोळत पडली आहे. इकडे चुलीच्या भाणुशीवर खरकटा तवा उभा केला आहे, आवलावर दुधाचे खरकटे मडके घोंगत पडले आहे. खाली चुलीच्या आळ्यात एके बाजूला राखेचा ढीग जमला आहे, त्यामध्ये मनीमांजरीने विष्ठा करवून तिचा मागमुद्दा नाहींसा केला आहे. चहूकडे भिंतीवर ढेकूणपिसा मारल्याचे तांबूस रंगाचे पुसट डाग पडले आहेत. त्यांतून कोठे पोरांचा शेंबूड व कोठे तपकिरीच्या शेंबडाचे बोट पुसले आहे. एका देवळीत आतले बाजूस खात्या तेलाचे गाडगे, खोबरेल तेलाचे मातीचे बुटकुले, दातवणाची कळी, शिंगटाची फणी, तखलादी आरशी, काजळाची डबी आणि कुंकवाचा करंडा एके शेजेनी मांडून ठेविले आहेत व बाहेरच्या बाजूस देवळीच्या किनाऱ्यावर रात्री दिवा लावण्याकरिता एकावर एक तीनचार दगडाचे दिवे रचून उतरंड केली आहे. त्यांतून पाझरलेल्या तेलाचा ओघळ खाली जमिनीपावेतो पसरला आहे. त्या सर्वांचे वर्षांतून एकदा आषाढ वैद्य अमावस्येस कीट निघावयाचे. दुसरे देवळींत पिठाचे टोपल्याशेजारी खाली डाळीचा कणूरा व शिळ्या भाकरीचे तुकडे आहेत. तिसऱ्या देवळींत भाकरीच्या टोपल्याशेजारी थोड्या हिरव्या मिरच्या, लसूण, कोथिंबीर, दुधाची शिंप व आंब्याच्या करंड्या पडल्या आहेत, ज्यावर माशा व चिलटे बसून एकीकडून खातात व दुसरीकडून त्यांजवर विष्ठा करीत आहेत. आणि चौथ्या देवळीत सांधलेल्या जुन्या वाहाणांचा व जोड्यांचा गंज पडला आहे. शेजारी चकमकीचा सोकटा व गारेचे तुकडे पडले आहेत. एका खुंटीवर अंथरावयाच्या जुन्या जीर्ण झालेल्या घोंगड्या व चवाळीं ठेविले आहेत. दुसरीवर पांघरावयाच्या गोधड्या व पासोड्या ठेविल्या आहेत. व तिसरीवर फाटके मांडचोळणे व बंड्या ठेविल्या आहेत. नंतर माजघराचे खोलीत जाऊन पहातो, तो जागोजाग मधल्या भिंतीला लहानमोठ्या भंडाऱ्या आहेत. त्यांतून एका भंडारीस मात्र साधें गांवठी कुलूप घातले होते. येथेही जागोजाग खुंट्यावर पांघरुणाची बोचकी व सुनाबाळांचे झोळणे टांगले आहेत. एका खुंटीला घोडीचा लगाम, खोगीर, वळी, व रिकामी तेलाची बुधली टांगली आहे. दुसरीला तेलाचा नळा टांगला आहे. शेवटी एका बाजूला भिंतीशी लागून डेऱ्यावर डेरे व मडकी टांगली आहेत. त्यावर विरजणाचे व तुपाचे गाडगे

झाकून ठेविले आहे. अलीकडे भला मोठा एक कच्च्या विटांचा देव्हारा केला आहे. त्याच्या खालच्या कोनाड्यांत लोखंडी कुन्हाडी, विळे आणि विळी पडली आहे. वरती लहानसे खारवी वस्त्र अंथरून त्यावर रुप्याचे कुळस्वामीचे टाक एके शेजेनी मांडले आहेत. त्यांच्या एके बाजूस दिवटी बुधली उभी केली आहे व दुसरे बाजूस दोम दोम शादावलाची झोळी, फावडी उभी केली आहे. वरती मंडपीला उदाची पिशवी टांगली आहे. खाली बुरणुसाव शेतकऱ्यास गाढ झोप लागून घोरत पडला आहे. एका कोपऱ्यांत जुनी बंदुकीची नळी व फाटक्या जेनासहित गादीची वळकुटी उभी केली आहे. दुसऱ्या कोपऱ्यांत नांगराचा फाळ, कुळवाच्या फाशी, कोळप्याच्या गोल्ह्या, तुरीची गोधी, व उलटी करून उभी केलेली ताक घुसळण्याची रवी आणि तिसऱ्या कोपऱ्यांत लवंगी काठी व पहार उभी केली आहे. सुमारे दोनतीन खणांत तुळ्यांवर वकाण व शेराचे सरळ नीट वासे बसवून त्यावर आडव्यातिडव्या चिंचेच्या फोकाट्यांच्या पटईवर चिखलमातीचा पेंड घालून ज्यावर मजबूत माळा केला आहे. राळा, राजगिरा, हुलगा, वाटाणा, पावटा, तीळ, चवळी वगैरे अनेक भाजीपाल्यांचे बी जागोजाग डेऱ्यांतून व गाडग्यांतून भरून ठेविले आहे. वरती कांभिऱ्याला बियाकरिता मक्क्याच्या कणसांची माळ लटकत असून पाखाडीला एके ठिकाणी चारपाच वाळलेले दोडके टांगले आहेत. दुसऱ्या ठिकाणी दुधीभोपळा टांगला असून तिसऱ्या ठिकाणी शिंक्यावर काशीफळ भोपळा ठेविला आहे. चवथ्या ठिकाणी नळ्यासुद्धां चाडे व पाभारीची वसू टांगली असून, कित्येक ठिकाणी चिंध्याचांध्यांची बोचकी कोंबली आहेत. मध्ये एका कांभिऱ्याला बाशिंगे बांधली आहेत. वरती पहावे, तर कौलांचा शेकार करण्यास तीनचार वर्षे फुरसत झाली नाही व त्याचे खालचे तुराट्याचे ओमण जागोजाग कुजल्यामुळे गतवर्षी चिपाडाने साधले होते, म्हणून त्यातून कोठेकोठे उंदरांनी बिळे पाडली आहेत. एकंदर सर्व घरांत स्वच्छ हवा घेण्याकरिता खिडकी अथवा सवाना मुळीच कोठे ठेविला नाही. तुळ्या, कांभिरे, ओमणासहत वांशांवर धुराचा डांबरी काळा रंग चढला आहे. बाकी एकंदर सर्व रिकाम्या जागेत कातिणींनी मोठ्या चातुर्याने, अति सुकुमार तंतूनी गुंफलेली मच्छरदाणीवजा आपली जाळी पसरली आहेत, ज्यांवर हजारो कातिणींची पिले आपली खेळकसरत करीत आहेत. ओमण, वांसे, तुळ्यांवर जिकडे तिकडे मेलेल्या घुल्यांची व कांतिणीची विषारी टरफले चिकटली आहेत, त्यांतून तुळ्या वगैरे लाकडाच्या ठेवणीवर कित्येक ठिकाणी उंदीर आहेत, फुरसत नसल्यामुळे जेथे चारपाच वर्षांतून एकदासुद्धा केरसुणी अथवा खराटा फिरविला नाही. इतक्यात उन्हाळा असल्यामुळे फार तलखी होऊन वळवाचा फटकारा येण्याचे पूर्वी वादळाचे गर्दीमध्ये वाऱ्याचे सपाट्याने कौलांच्या सापटीतून सर्व घरभर धुळीची गर्दी झाली, तेव्हा तोंड वासून घोरत पडलेल्या कुणब्याच्या नाकातोंडांत विषारी धूळ गेल्याबरोबर

त्यास ठसका लागून, तो एकाएकी दचकून जागा झाला. पुढे त्या विषारी खोकल्याच्या ठसक्याने त्याला इतके बेजार केले की, अखेरीस थोडासा बेशुद्ध होऊन तो मोठमोठ्याने विव्हळून कण्हू लागला. त्यावरून त्याच्या दुखण्यायीत म्हातारे आईने माजघरातून धडपडत त्याच्याजवळ येऊन त्याचे मानेखाली खोगराची वळी घातल्यानंतर त्याच्या हनवटीला हात लावून तोंडाकडे न्याहाळून रडतां रडतां म्हणाली, ''अरे भगवंतराया, मजकडे डोळे उघडून पहा. रामभटाच्या सांगण्यावरून तुला साडेसातीच्या शनीने पीडा करू नये, म्हणून म्या, तुला चोरून, कणगीतले पल्लोगणती दाणे नकट्या गुजरास विकून अनेक वेळा मारुतीपुढे ब्राह्मण जपास बसवून सवाष्ण ब्राह्मणाच्या पंक्तीच्या पंक्ती कि रे उठविल्या ! कित्येक वेळी बाळा, तुला चोरून पारभारा गणभटाचे घरी सत्यनारायणाला प्रसन्न करण्या निमित्त ब्राह्मणांचे सुखसोहळे पुरविण्याकरिता पैसे खर्च केले आणि त्या मेल्या सत्यनारायणाची किरडी पाजळली. त्याने आज सकाळी कलेक्टरसाहेबाचे मुखी उभे राहून तुला त्याजकडून सोयीसोयीने पट्टी देण्याविषयी मुदत कशी देवविली नाही ? अरे मेल्या ठकभटानो, तुमचा डोला मिरविला. तुम्ही नेहमी मला शनि व सत्यनारायणाच्या थापा देऊन मजपासून तूपपोळ्यांची भोजने व दक्षिणा उपटल्या. अरे, तुम्ही मला माझ्या एकुलत्या एक भगवंतरायाच्या जन्मापासून आजदिनपावेतो नवग्रह वगैरेंचे धाक दाखवून शेकडो रुपयांस बुडवून खाल्ले. आता तुमचे ते सर्व पुण्य कोठे गेले ? अरे, तुम्ही मला धर्ममिषे इतके ठकिले की, तेवढ्या पैशांत मी अशा प्रसंगी माझ्या बच्याच्या कित्येक वेळा पट्ट्या वारून, माझ्या भगवंतरायाचा गळा मोकळा करून त्यास सुखी केले असते ! अरे तुमच्यातीलच राघूभरारीने प्रथम इंग्रजास उलटे दोन आणे लिहून देऊन त्यास तळेगावास आणिले. तुम्हींच या गोरे गैर माहितगार साहेबलोकांस लांड्यालबाड्या सांगून, आम्हां माळ्याकुणब्यांस भिकारी केले आणि तुम्हींच आता, आपल्या अंगात एकीचे सोंग आणून इंग्रज लोकांचे नावाने मनगटे तोडीत फिरता. इतकेच नव्हे, परंतु हल्ली माळी कुणबी जसजसे भिकारी होत चालले, तसतसे तुम्हास त्यांना पहिल्यासारखे फसवून खाता येईना, म्हणून तुम्ही ब्राह्मण, टोपीवाल्यास बाटवून, पायांत बूट-पाटलोन व डोईवर सुतक्यासारखे पांढरे रुमाल लावून, चोखामेळ्यापैकी झालेल्या खिस्ती भाविकांच्या गोऱ्यागोमट्या तरुण मुलींबरोबर लग्ने लावून, भर चावडीपुढे उभे राहून माळ्याकुणब्यांस सांगत फिरता की, – ''आमच्या ब्राह्मण पूर्वजांनी जेवढे म्हणून ग्रंथ केले आहेत, ते सर्व मतलबी असून बनावट आहेत. त्यात त्यांनी उपस्थित केलेल्या धातूंच्या किंवा दगडांच्या मूर्तींत काही अर्थ नाही. हे सर्व त्यांनी आपल्या पोटासाठी पाखंड उभे केले आहे. त्यांनी नुकताच पलटणींतील परदेशी लोकांत सत्यनारायण उपस्थित करून, आता इतके तुम्हा सर्व अज्ञानी भोळ्या भाविक माळ्याकुणब्यांत नाचवू लागले आहेत. ही

त्यांची ठकबाजी तुम्हांस कोठून कळणार ? यास्तव तुम्ही या गफलति ब्राह्मणांचे ऐकून धातूच्या व दगडांच्या देवाच्या पूजा करू नका. तुम्ही निराकार परमात्म्याचा शोध करा, म्हणजे तुमचे तारण होईल.'' असो, परंतु तुम्ही आम्हा या भितिच्या माळ्याकुणब्यांस उपदेश करीत फिरण्यापेक्षा प्रथम आपल्या जातबांधवांचे आळ्यांनी जाऊन त्यांस सांगावे की, ''तुम्ही आपल्या सर्व बनावट पोथ्या जाळून टाका. माळी कुणबी, धनगर वगैरे शेतकऱ्यांस खोटे उपदेश करून आपली पोटे जाळू नका.'' असा त्यास वारंवार उपदेश करून त्यांजकडून तसे आचरण करवू लागल्याबराबर शेतकऱ्यांची सहज खात्री होणार आहे. दुसरे असे की, आम्ही जर तुम्ही पाद्रच्या ब्राह्मणांचे ऐकून आचरण करावे, तर तुमचेच जातवाले सरकारी कामगार येथील गोऱ्या कामगारांच्या नजरा चुकावून भलत्यासलत्या सबबी कटवून आम्हा शेतकऱ्यांच्या मुलांबाळांची दशा करून सोडतील. – इतक्यांत शेतकरी शुद्धीवर येतांच आपल्या मातुश्रीच्या गळ्यास मिठी घालून रडू लागला.

आता बाकी उरलेले एकंदर सर्व कंगाल, दीनदुबळे, रात्रंदिवस शेतीत खपून कष्ट करणारे, निव्वळ आज्ञानी, माळी कुणबी, धनगर वगैरे शेतकऱ्यांच्या हल्लीच्या स्थितीविषयी थोडेसे वर्णन करितो, तिकडेस सर्वांनी कृपा करून लक्ष पुरविल्यास त्यांजवर मोठे उपकार होतील. बांधवहो, तुम्ही नेहमी स्वत: शोध करून पाहिल्यास तुमची सहज खात्री होईल की, एकंदर सर्व लहानमोठ्या खेड्यापाड्यांसहित वाड्यांनी शेतकऱ्यांची घरे, दोन तीन अथवा चार खणांची कवलारू अथवा छपरी असावयाची. प्रत्येक घरांत चुलीच्या कोपऱ्यांत लोखंडी उलथणे अथवा खुरपे लाकडी काथवट व फुकणी, भाणुशीवर तवा, दुधाचे मडके व खाली आळ्यांत रांधण्याच्या खापरी तवल्या, शेजारी कोपऱ्यांत एखादा तांब्याचा हंडा, परात, काशाचा थाळा, पितळी, चरबी अथवा वाटी नसल्यास जुन्या गळक्या तांब्याशेजारी मातीचा मोखा, परळ व जोगल्या असावयाचा त्यालगत चारपांच डेऱ्यामडक्यांच्या उतरंडी ज्यात थोडे थोडे साठप्याला खपले, हुलगे, मटकी, तुरीचा कणुरा, शेवया, भुईमुगाच्या शेंगा, भाजलेला हुळा, गव्हाच्या ओंब्या, सांडगे, बिबड्या, मीठ, हळकुंडे, धने, मिरी, जिरे, बोजवार, हिरव्या मिरच्या, कांदे, चिंचेचा गोळा, लसूण, कोथिंबीर असावयाची. त्याचेलगत खाली जमिनीवर काल संध्याकाळी, गोडबोल्या भट पेनशनर सावकाराकडून, व दिढीने जुने जोंधळे आणलेले. तुराठ्यांच्या पाट्या भरून त्या भिंतीशी लावून एकावर एक रचून ठेवलेल्या असावयाच्या. एके बाजूला वळणीवर गोधड्या, घोंगड्यांची पटकुरे व जुन्यापान्या लुगड्यांचे धड तुकडे आडवेउभे दंड घालून नेसण्याकरिता तयार केलेले धडपे, भिंतीवर एक लाकडाची मेख ठोकून तिजवर टांगलेल्या चिंध्याचांध्याच्या बोचक्यावर भुसकट व गोवऱ्या व तीनधारी निवडुंगाचे सरपणाशेजारी वैरण नीट रचून ठेविली असावयाची, खाली

जमिनीवर कोन्याकोपऱ्यांनी कुदळ, कुऱ्हाड, खुरपे, कुळवाची फास, कोळप्याच्या गोल्ह्या, जाते, उखळ, मुसळ व केरसुणीशेजारी थुंकावयाचे गाडगे असावयाचे. दरवाज्याबाहेर डावे बाजूला खापरी रांजणाच्या पाणईवर पाणी वहावयाचा डेरा व घागर असून पलीकडे गडगळ दगडाची उघडी न्हाणी असावयाची. उजवे बाजूला बैल वगैरे जनावरें बांधण्याकरिता आढेमेढी टाकून छपरी गोठा केलेला असावयाचा. घरांतील सर्व कामकाजांचा चेंधा उपसून पुरुषांच्या पायांवर पाय देऊन दिवसभर शेती काम उरकू लागणाऱ्या बायकोच्या अंगावर सुताडी धोटा बांड व चोळी हातात रुप्याचे पोकळ गोठ व ते न मिळाल्यास कथलाचे गोठ नि गळ्यात मासा सवा मासा सोन्याचे मंगळसूत्र, पायाच्या बोटांत चटचट वाजणारी काशाची जोडवी, तोंडभर दातवण, डोळेभर काजळ आणि कपाळभर कुंकू, याशिवाय दुसऱ्या शृंगाराचे नावांने आवळ्याएवढे पूज्य. उघडी नागडी असून अनवाणी सर्व दिवसभर गुराढोरांच्या वळत्या करीत फिरणाऱ्या मुलांच्या एका हातांत रुप्याची कडी करून घालण्याची ऐपत नसल्यामुळे त्यांच्या ऐवजी दोन्ही हातात कथलाची कडी व उजव्या कानांत पितळेच्या तारेत खरड्यांच्या बाळ्या. याशिवाय अंगावर दुसऱ्या अलंकाराचे नावाने शिमगा. हिवावाऱ्यांत व उन्हातान्हात रात्रंदिवस शेतीत खपणाऱ्या शेतकऱ्याचे कंबरेला लुगड्यांचे दशांचा करगोटा, खादीची लंगोटी टोपीवर फाटकेसे पागोटे, अंगावर साधे पंचे न मिळाल्यास घोंगडी व पायात ठिगळे दिलेला अथवा दोरीने आवळलेल्या जोड्यांशिवाय बाकी सर्व अंग सळसळीत उघडेबंब असल्यामुळे, त्याच्याने अतिशय थंडीपावसाळ्यांत हंगामशीर शेती मेहनत करवत नाही. त्यांतून तो अक्षरशून्य असून त्यास सारासार विचार करण्याची बिलकूल ताकद नसल्यामुळे तो धूर्त भटाच्या उपदेशावरून हरीविजय वगैरे निरर्थक ग्रंथांतील भाकड कथेवर विश्वास ठेवून पंढरपूर वगैरे यात्रा, कृष्ण व रामजन्म व सत्यनारायण करून अखेरीस रमूजीकरिता शिमग्यांत रात्रंदिवस + + मारतो नाच्यापोराचे तमाशे ऐकण्यामध्ये आपला वेळ थोडा का निरर्थक घालवितो ? त्यास मुळापासून विद्या शिकण्याची गोडी नाही व तो निवळ अज्ञानी असल्यामुळे त्यास विद्येपासून काय काय फायदे९ होतात, हे प्रत्ययास आणून देण्याचेऐवजी शेतकऱ्यांनी नेहमी गुलामासारखे त्याच्या तावडीत रहावे या इराद्याने शेतकऱ्यांस विद्या देण्याची कडेकोट बंदी केली होती. तशी जरी दृष्टबुद्धी आमचे हल्लीचे सरकार दाखवीत नाहीत; तरी त्यांच्या बाहेरील एकंदर सर्व वर्तणुकीवरून असे सिद्ध करिता येईल की, शेतकऱ्यांस विद्वान करण्याकरिता विद्याखात्याकडील सरकारी कामगारांचे मनांतून खरा कळवळा नाही. कारण आज दीनतागाईत विद्या देण्याच्या निमित्ताने सरकारने लोकलफंड द्वारे शेतकऱ्यांचे लक्षावधी रुपये आपल्या घशांत सोडले असून, त्या ऐवजाच्या मनाप्रमाणे आजपावेतो त्याच्याने शेतकऱ्यांपैकी एकालासुद्धा कलेक्टरची जागा चालविण्यापुरती

विद्या देण्यात आली नाही. कारण खेड्यापाड्यांतील एकंदर सर्व शाळांनी भट ब्राह्मण[३] शिक्षकांचा भरणा, ज्यांची किंमत चिखलमातीचा धंदा करणाऱ्या बेलदार कुंभारांपेक्षा कमी, ज्यांस शेतकऱ्यांच्या नांगरांच्या मुठी कोणीकडून धरावयाच्या, याविषयी बिलकूल माहिती नसून तोंडपाटिलकी मात्र करणारे ऐदि शेतकऱ्यांचे जिवावर लालपडून आपल्या अंगी, आम्ही सर्व मानव प्राण्यांत श्रेष्ठ, म्हणून गर्वाचा ताठा मिरवणाऱ्या मगरूर शिक्षकाकडून त्यांच्या पूर्वजांनी सर्वोपरी नीच केलेल्या शेतकऱ्यांच्या मुलांस शिस्तवार व सोईची विद्या देववेल तरी कशी ? कोठे जेव्हा त्यांस शहरगांवी चाकऱ्या मिळण्याचे त्राण उरत नाही, तेव्हा ते विद्याखात्यातील ब्राह्मण कामगारांचे अर्ज करून खेड्यापाड्यांनी पंतोजीच्या चाकऱ्या करून कशी तरी आपली पोटे जाळितात. परंतु कित्येक शेतकऱ्यांचा, शेतावर गुजारा न झाल्यामुळे ते तेथें उपाशी न मरता परागंदा होऊन मोठमोठ्या शहरांत पाहिजेल त्या मोलमजुऱ्या करून पोटे भरीत असता, त्यांतून फारच थोड्या शेतकऱ्यांची मुले काही अंशी नावाला मात्र विद्वान झाली आहेत. तथापि एकंदर सर्व सरकारी खात्यांनी ब्राह्मण विद्वानांचा युरोपियन गोऱ्या कामगारांवर पगडा पडल्यामुळे ही शेतकऱ्यांची साडेसात तुटपुंजी विद्वान मुले, आपल्या इतर अज्ञानी शेतकरी जातबांधवांचा सत्यनाश सरकारी ब्राह्मण कामगार कसा करितात, तो सर्व बाहेर उघडकीस आणून सरकारचे कानावर घालण्याविषयी आपल्या गच्च दातखिळी बसवून, उलटे ब्राह्मणांचे जिवलग शाळूसोबती बनून त्यांनी उपस्थित केलेल्या सभांनी त्याबरोबर सरकारच्या नावाने निरर्थक शिमगा करू लागतात. अशी सोंगे जर ब्राह्मणांबरोबर न आणावीत, तर ते लोक आपल्या पुस्तकांसह वर्तमानपत्रांनी यांच्याविषयी भलत्यासलत्या नालस्त्या छापून यांजवर कोणत्या वेळी काय आग पाखडतील व याशिवाय, मामलेदार, शिरस्तेदार, माजिस्ट्रेट, इंजिनीयर, डॉक्टर, न्यायाधीश वगैरे ब्राम्हण कामगार असून अखेरीस सरकारी रिपोर्टर जरी, धर्मानें ख्रिस्ती तथापि हाडाचा ब्राम्हण, या एकंदर सर्व ब्राम्हण कामगारांचा सरकारी खात्यांनी भरणा असल्याकारणामुळे, ते या तुटपुंज्या साडेसातीस आपल्याला कचेऱ्यांनी भलत्या एखाद्या सबबीवरून उभे न करितां, एखादे वेळी त्यांचा डाव साधल्यास यांच्या पोटावर पाय देतील, या भयास्तव हे आपल्या मनांतून ब्राह्मण कामगारांचे नांव ऐकल्याबरोबर टपटपा लेंड्या गाळितात; इतकेच नव्हे, परंतु कित्येक विद्वान भटब्राह्मण सोवळ्याओवळ्याचा विधिनिषेध न करिता या साडेसाती चोंबड्या शूद्र विद्वानांच्या उरावर पाय देऊन विलायतेस जाऊन परत आल्याबरोबर पुन: यांच्यासमक्ष आपल्या जातींत मिळून वावरत आहेत. तथापि या साडेसात शेळीच्या गळ्यांतील गलोल्या, आपल्या अज्ञानी आप्तबांधव शेतकऱ्यासमोर निर्लज्ज होऊन उलटे भटब्राह्मणास आपले घरी बोलावून, त्यांच्या हातून नाना प्रकारचे विधी करून त्यांच्या पायांची तीर्थे प्राशन

करितात, या कोडगेपणाला म्हणावे तरी काय ? कदाचित् सरकारी ब्राह्मण कामगारांचे आश्रयावांचून यांची पोटे भरत नाहींत म्हणून म्हणावे, तर गांवात थोडी का + पोट भरितात !! असो. हल्ली शेतकऱ्याची निहारी, शिळ्या तुकड्यांवर लाल चटणीचा गोळा, दुपारी ताज्या भाकरीबरोबर आमटी अथवा सांडग्याचे खळगुट; रात्री निवळ वरणाचे पाण्यांत जोंधळ्याच्या अथवा मक्याच्या कण्या, मध्ये कधी गाजरे अथवा रताळी पिकल्यास त्यांच्या वरूवर गुजारा करावा लागतो, तरी त्यांस नेहमी वेळच्यावेळी पोटभर भाकरी मिळावयाच्या नाहीत. यास्तव मध्येच एखादे वेळी भूक लागल्याबरोबर औत उभे करून हिरव्यासरव्या आंब्याच्या कैऱ्या, भोकरे, उंबरे, गाभुळल्या चिंचा वगैरे शेताच्या आसपास जो काही खाण्याचा पदार्थ हाती लागेल, तो खाऊन त्यावर ढसढसा पाणी पिऊन पुन्हा आपले औत हाकावयास जातो, व ज्या ज्या वेळी पोटभर भाकरी मिळतात, त्या त्या वेळी तो त्या आधाशासारख्या खातां खातां मध्ये कधी पाणी पीत नाही, यामुळे त्यास सर्व दिवसभर किरमिट ढेकर वगैरे येऊन मोडशी विकाराने त्यास नाना प्रकारचे रोग होतात. व त्यांचे शमनार्थ दमडीचा ओवा अथवा सुंठसाखर मिळण्याची भ्रांती ! यामुळे हिवतापाच्या आजाराने अखेरीस यमसदनास जावे लागते. सणावारास कित्येकाचे घरी उत्तम पक्वान्न म्हटले म्हणजे गुळवण्याबरोबर पुरणाच्या पोळ्या, तोंडी लावण्याकरिता तेलांत तळलेल्या कुरड्या, पापड्या व फुरफुरी व शेवटी आमटीबरोबर भात. बहुतेकांचे घरी डाळरोट्या व तोंडी लावण्याकरिता सांडग्यांचे कोरड्यास. बाकी उरलेल्या कंगाल शेतकऱ्यांस गुजरमारवाड्यांनी उधार सामुग्रा न दिल्यास ते नाचणी अथवा ज्वारीच्या भाकरीवर कशी तरी वेळ मारून नेतात. यास्तव बहुतेक शेतकऱ्यांस कर्ज काढल्याशिवाय पट्टी वारण्याची सवडच होत नाही व अशा लाचार शेतकऱ्यांनी आपल्या मुलीबद्दल निदान पाचपंचवीस रुपये घेतल्याशिवाय त्यांस त्यांची लग्ने करून देता येत नाहीत. त्यांतून अट्टल कर्जबाजारी शेतकऱ्यास ब्राह्मण अथवा मारवाडी सावकारांनी त्यांचे मुलांच्या लग्नाकरिता कर्ज न दिल्यास, कित्येक मुले भर ज्वानीत आल्याबरोबर मार्गाने मंदाग्नि शांत करूं लागल्यामुळे थोड्यांच दिवसात ते कैलासवासी होतात व बाकी उरलेली, चोर, बंडखोरांचे नादी लागून आपल्य जिवास मुकतात[४], व ज्यास नवरीच्या बापास देण्यापुरते कर्ज मिळून उभे केलेल्या लग्नांत शेतकऱ्याजवळ पुरते पैसे नसल्यामुळे एकंदर सर्व माळी कुणबी व धनगरांपैकी तरुण दिवसा शेतकामे करून सर्व रात्रभर जात्यावर बसून एकमेकांच्या मांड्यांशी मांड्या भिडवून हिजड्यासारखी बायकांची गाणी[५] गाऊन गहूं, ज्वारी दळून बाकी सर्व लहानमोठी कामे करू लागतात. त्याचप्रमाणे गावातील तरुण स्त्रिया वरमाईस बरोबर घेऊन कांदे चिरून हळकुंडे फोडून भाजल्या बाजारीचा वेरूवार, हळद, चिकसा दळून काढितात. यामुळे सदरच्या पदार्थाची घाण,

रात्रंदिवस काम करणाऱ्या वरमाईच्या हिरव्या रंगाच्या, पातळाच्या घाणीमध्ये मिसळून तिच्या सर्व अंगाची इतकी उबट दुर्गंधी चालते की तिजपासून जवळच्या मनुष्यास फार त्रास होतो. त्याच्या घरापुढे अंगणांत लहानसा लग्नमंडप शेवरीच्या मेढी रोवून त्यांजवर आडव्या तिडव्या फोकाठ्यावर आंब्याचे टहाळे टाकून नावाला मात्र सावली केली असते. ढोलकी अथवा डफड्याचे महारमांगाचे बदसूर वाजंत्र्याची काय ती मौज ! नवऱ्या मुलास गडंगनेर म्हटले, म्हणजे पितळीमध्ये अर्ध पावशेराच्या भातावर थोडासा गूळ व नखभर तूप घातले की, नवऱ्या मुलीमुलांबरोबर फिरणारी मुले लांडग्यासारखी घांसामागे घांसाचे लचके मारून एका मिनिटांत पितळी चाटून पुसून मोकळी करितात. लग्नातील भोजनसमारंभ रस्त्यावर हमेशा बसावयाकरितां पडदा अंथरल्याशिवाय पंगत पडावयाची. देवकार्याचे दिवशी सर्वांनी आपआपल्या घरून पितळ्या घेऊ आल्यानंतर त्यांमध्ये ज्वारीच्या भाकरी, कण्या अथवा बाजरीच्या घुगऱ्याबरोबर सागुतीचे बरबट, ज्यामध्ये दर एकाच्या पितळींत एकदां चार अथवा पांच आंतडींबरगड्याचे रवे पडले म्हणजे जेवणारांचे भाग्य. कारण एकंदर सर्व बकऱ्याचीं मागचीं पुढचीं टिंगरे दोनदोन तीनतीन दिवस पुढे घरांतील वऱ्हाडांसहित मुलांबाळांस तयार करून घालण्याकरितां घरांत एका बाजूला टांगून ठेवितात. गांवजेवणांत वाळ्ळ्याचिल्ळ्या इस्ताऱ्यांवर थोड्याशा भातांत उभे केलेल्या द्रोणांतील गुळवण्यांत, तेलांत तळलेल्या तेलच्या कुसकरून खातां खांत, गाजरें अथवा बटाट्याची तोंडी लावून अखेरीस हुंदाड्याबरोबर शेवटचा भात खाऊन वरतीं तांब्याभर पाणी पिऊन दरदिशीं ढेंकर दिले की, शेतकऱ्याचें जेवण संपले. त्या सर्व जेवणामध्ये हजार मनुष्यांमागे दमडीचे सुद्धां तूप मिळवायचे नाही. अशा थाटाचीं शेतकऱ्यांत लग्ने होत असून येथील एकंदर सर्व गैरमाहित शहाणे ब्राह्मणांतील विद्वान, आपल्या सभांनी लटक्या-मुटक्या कंड्या उठवून कारभारींस सुचवितात कीं, शेतकरी आपले मुलाबाळांचे लग्नात निरर्थक पैसा खर्च करितात, यामुळे ते कर्जबाजारी झाले आहेत. अहाहा ! हे सार्वजनिक[६] पोकळ नांवाच्या समाजांत, एकतरी मांगमहार शेतकऱ्यास त्या समाजाचा सभासद करून त्यास आपल्या शेजारी कधींतरी घेऊन बसले होते काय ? अथवा यांच्यांतील गांवोगांव वेदावर पांडित्य करणाऱ्या गृहस्थांपैकी एखाद्या स्वामीनें तरी उघड जातीभेदाच्या उरावर पाय देऊन शूद्राच्या पंक्तींस बसून येथील एखादा बरबटाचा फुरका मारून शेतकरी खर्चिक म्हणून म्हणावयाचें होतें. हे नाटकांतील फार्सांत लाडकीचे सोंग घेऊन तंबुरीचे खुंटे करून शेतकऱ्याची जात्यावरील गाणीं गाऊन मजा करून सोडितात; परंतु यांला आपले मुलाबाळांचे लग्नांत पल्लोगणती बाजरी गहू दळतांना कोणी पाहिलें असल्यास त्यानें येथे उभे राहून सर्वांस कळविल्यास मी त्यांचा आभार मानीन. हे कधीं तरी शेतकीचीं कामे स्वतः हातांनी करितात काय ? त्यांना शेतकीचा

इंगा माहित आहे काय ? असो, परंतु शेतकरणीसारख्या यांच्या घरांतील स्त्रिया आपल्या घरांतील शेणशेणकूर करून शेतीं नवऱ्याबरोबर पाभारीमागें तुरी वगैरे मोघून शेती खुरपण्याकाढण्या वगैरे करूं लागून खळ्यावर कणसें मोडून तिवड्याभोंवतीं गंज करून मळणी होतांच दाणे उपणतांना वावड्यावर पुरुषास उपणपाट्या उराUपोटावर उचलून देऊन, डोईवर राखराखुंडा, शेण, सोनखतांचे पाट्यांचीं व काड्यागवत वगैरे भुसकटांचीं ओझीं वाहून, उन्हाळ्यात शेतीं काम कमी असल्यामुळे सडकेवर खडा फोडून दिवसभर मोलमजुरी करून, आपल्या भटभिक्षुक पतीस अशा तऱ्हेच्या मदती करीत नसून दररोज सकाळीं निजून उठल्याबरोबर वेणीफणी करून, घरांतील सडासारवण, स्वयंपाक व धुणेंधाणें आटोपून सर्व दिवसभर पोथ्यापुराणें ऐकत बसून लग्नसमयी जात्याच्या खुंट्याला हात न लावितां अंगावर शालजोड्या घेऊन पुढें शेतकऱ्यांच्या बायकापोरींच्या डोक्यावर रुखवतांच्या शिपतरांची धिंड काढून शूद्रांनीं हाती धरलेल्या अबदागिरीखाली मशालीचे उजेडांत, पायांत जोडे घालून शृंगाराच्या डौलांत मोठ्या झोंकाने मिरविणाऱ्या असून, या कुभांड्यासारखे शेतकरी आपल्या मुलाबाळांच्या लग्नमंडपांत विजेची रोषणाई करून आपल्या जातबांधवांस मोठमोठाल्या रकामांची उधळपट्टी करून तूपपोळ्या व लाडूजिलब्यांचीं प्रयोजने घालून फक्त भटब्राह्मणांच्या सभा भरवून त्यांस शेकडो रुपये दक्षिणा वाटून आपल्या घराण्यांतील गरती सुनाबाळांची परवा न करिता त्यांच्यासमोर निर्लज्ज होऊन गांवांतील वेसवा-कसबिणींच्या नाचबैठकांत बसून त्यांची वेडीविद्रीं गाणीं ऐकल्यानंतर त्यास मन मानेल तशा बिदाग्या देत नाहीत. सणावारांस कां होईना, शेतकरी आपल्या आल्या जन्मांतून एकदा तरी आपल्या खोपटांत घीवर, चुरमा, जिलब्या, बासुंदी, श्रीखंड अथवा बुंदीचे लाडू कुटुंबांतील मुलांबाळांस घालण्यापुरते, त्यांचे जवळ यांनीं व गोऱ्या कामगारांनीं, काही तरी त्राण ठेविले आहे काय ? या वाचाळांच्या तोंडाला कोणी हात लावावा ? अहो, यांच्या धूर्त पूर्वजांनीं मनू वगैरे धर्मशास्त्रांतील घाणेरड्या ग्रंथांत जातिभेदाचें थोतांड उभे करून, उलटे शेतकऱ्यांनीं इंग्रज लोकांस जर नीच मानणाऱ्या प्यादेमातीचा डाव मांडून ठेविला नसता, तर आज सर्वांचेसमोर एक अपूर्व चमत्कार करून दाखविला असात. तो असा की, गव्हरनरसाहेबांच्या स्त्रिया मखमलीच्या फुलासारख्या नाजूक असल्यामुळे त्यास तर या कामी तसदी न देतां, दहापांच युरोपियन कलेक्टरसाहेबांच्या मडमांस त्यांच्या मुलबाळांसहित जर शेतकऱ्यांचे लग्नात आमंत्रणे करून आणिल्या असत्या व त्यांस शेतकऱ्यांचे स्त्रियांबरोबर लग्नातील सर्व कामे आटोपावयास लावून मुख्य वऱ्हाडणी केल्या असत्या, तर त्या येथील दुर्गंधी, खाण्यापिण्याचा थाट, अंथरुणाचा बोभाट, व बाज्या भराड-गोंधळाचा किलकिट वगैरे अव्यवस्था पाहून दुसरे दिवशीं सकाळींच तेथून आपलीं मुलेंलेंकरें जागचे जागीं टाकून पळून गेल्या नसत्या, तर या धूर्तांनीं माझें नांव बदलून ठेवावे,

अशी सभेत चक्रीदार पागोटीं घालून हातात वेळूच्या पिवळ्या काठ्या घेऊन फिरणाऱ्या अजागळ शूद्र चोंबड्या चोपदारासमोर मिशांवर ताव देऊन छातीला हात लाऊन प्रतिज्ञा करितों. या उभयतां काळ्या व गोऱ्या कामगारांनीं रात्रंदिवस मौजा मारण्याकरितां विलायत सरकारची नजर चुकवून अज्ञानी शेतकऱ्यांवर नाना प्रकारच्या भलत्यासलत्या बाबी बसवून त्यास इतका नागवा उघडाबंब केला आहे कीं, त्याला एजंट व गव्हरनरसाहेबांस आपल्या दरबारात पानविड्याकरिता आमंत्रण करून बोलावण्याची शरम वाटते. अरे, ज्याचे श्रमावर[९] सरकारी फौजफाटा, दारूगोळा, गोऱ्या कामगारांचा वाजवीपेक्षा जास्ती ऐषआराम, व काळ्या कामगारांचे वाजवीपेक्षां जास्ती पगार, पेनशनी व सोंवळेचाव असून, त्यांस चारचौघांत पानविड्यापुरता मान मिळूं नये काय ? अहो, जो सर्व देशांतील लोकांचा पाया, त्याचे असे बुरे हाल ! ज्यास वेळचे वेळीं पोटभर भाकर व अंगभर वस्त्र मिळत नसून, ज्याचे उरावर सरकारी पट्टी देण्याची कटार लोंबत आहे, ज्याच्या हालास साहेब लोकांचा शिकारी कुत्रासुद्धां हुंगून पाहीना, याला म्हणावें तरी काय ? ज्यास मुळींच आपल्या लीपींतील मूळाक्षरसुद्धां वाचतां येत नाहीं, त्याने शेतकीसंबंधीं अन्य भाषेंतील ग्रंथ वाचून शेतसुधारणा तरी कशी करावी ? ज्यास नेहमीं फाके[९] चालले आहेत, त्याने आपलीं मुले परगांवीं मोठमोठ्या शहरांतील ऑग्रिकल्चर शाळेत शिकण्याकरितां कशाच्या अथवा कोणाच्या आधारावर पाठवावीं ?

आतां आपण शेतकऱ्यांचे हल्लींचे शेतस्थितीकडे वळूं. आमचे महादयाळू इंग्रजी सरकारचा अम्मल या सोंवळ्या देशांत झाल्यादिवसापासून त्यांनीं येथील धष्टपुष्ट गायी कोंवळ्याकाच्या वासरासहित वाहतुकीचे खांदकरी बैलास यज्ञविधी केल्याशिवाय मारून, मुसलमान, मांग, महार वगैरे आचार्यांस बरोबर घेऊन खाऊं लागल्यावरून, शेतकऱ्याजवळ कष्टाच्या उपयोगी पडण्याजोग्या मजबूत बैलांचें बेणें कमी कमी होत गेलें. तशांत पर्जन्याची अनावृष्टि झाल्यावरून पडलेल्या दुष्काळांत चारापाण्यावांचून लक्षावधि बैलांचा सरसकटीनें खप होऊन त्यांचें वाटोळें झालें. दुसरें असें कीं, शेतकऱ्याजवळ उरलेल्या खल्लड बैलास फारेस्टखात्याच्या अनिवार त्रासामुळें व गायरानांच्या कमताईमुळें पोटभर चारावैरण मिळेनाशी होऊन त्यांची (जनावरांची) संतति दिवसेंदिवस अतिक्षीण होत चालल्यावरून त्यांच्यांत हमेशा लाळीच्या सांथी येऊन, त्या रोगानें दरवर्षी शेकऱ्यांचे हजारों बैल मरूं लागल्यानें कित्येक शेतकऱ्यांचे गोठ्यांतील दावणीचे खुंटे उपटले. पुढे शेतकऱ्यांजवळ पहिल्यासारखी मनमुराद जनावरें शिल्लक नसल्यामुळें त्यांच्या बागायतीची वेळच्या वेळीं उस्तवारी होऊन त्यांस पोटभर खतपाणी मिळेनासें झाल्याबरोबर बागायती जमिनींतील फूल कमी झाल्यामुळें हल्लीं बागाईतांत पूर्वींप्रमाणें पीक होत नाही. यास्तव कोट्यावधि शेतकऱ्यांस पोटभर भाकर व अंगभर वस्त्र मिळेनासें झालें.

यावरून शेतकरी जसजसे शक्तिहीन होऊ लागले, तसतशा त्यांच्यांत महामारीच्या आजाराच्या सांथी येऊं लागल्यामुळें दरवर्षी हजारों शेतकरी मरूं लागले. तशांत दुष्काळाच्या अमलांत अन्नावाचून लक्षावधि शेतकऱ्यांचा खप होऊन यमपुरीस गेले व कित्येकांच्या दाराला जरी काठ्या लागल्या, तरी एकंदरीनें त्यांची पहिल्यापेक्षां खानेसुमारी जास्त वाढल्यामुळें, त्या मानानें पुन: पुन्हा त्याच शेतांच्या लागवडी होऊन जमिनीस विसांवा बिलकूल मिळेनासा झाला, यावरून जिराईत शेतें पिकामागें पिकें देऊन देऊन थकलीं, शिवाय दरवर्षी हजारों खंडी धान्य, कापूस, कातडीं व लोकंर परमुलखीं जात असून मुंबईसारख्या बकाली म्युनिसीपालटींतील गोच्या इंजिनीयर व डाक्टर कामगारांच्या गैरमाहितीमुळे, अथवा त्यांच्या आडदांडपणाच्या शैलीमुळें लक्षावधी खंडी खतांचें सत्त्व समुद्रांत वायां दवडल्याने शेतांतील सत्त्व नाहीसे होऊन आतां एकंदर सर्व शेतें पडकळीस आलीं आहेत. अहो, हे विलायती गोरे इंजिनीयर गोच्या डाक्टरांचे मिलाफानें, आपल्या देशांतील कारागीर लोकांच्या सामानसुमानांचा येथें खप व्हावा, या इराद्यानें आपल्या पोटावर इंगळ ओढण्याकरितां अशा नाना तऱ्हेच्या युक्त्या (स्किमा) आमलांत आणून बेसमज रयतेचें बेलगामी द्रव्य उधळून, येथील कित्येक हाताखालच्या काळ्या कामगारांकडून त्या त्या इमारतीस आपलीं नांवें देऊन मोकळे होतात. नंतर त्या इमारतीसहित रयतेचें उद्यां वाटोळें का होईना. त्यांच्या तुंबड्या भरून लौकिक झाला, म्हणजे गंगेत घोडे न्हाले. त्यांतून एखादे वर्षीं पाऊस न पडल्यामुळे शेतांनीं पिकें होत नाहींत. कधीं कधीं बैल पुरते नसल्यामुळें कित्येकांच्या पेरणीचा वाफ बरोबर न साधतां पिकास धक्का बसतो. कधीं कधीं बीं विकत घेण्यापुरते पैसे सावकारांनीं वेळेस न दिल्यामुळें, अथवा मागाहून उधार आणलेलें जुनें बीं पेरल्यामुळें कित्येकांचे पिकास धक्का बसतो. अशा नाना प्रकारच्या सुलतानी व अस्मानी अरिष्टांमुळें शेतात पीक न झाल्यास, शेतकऱ्यांपैकीं एकटादुकटा शेतकरी, ब्राह्मण सरकारी कामगारांचे घरी एकांतीं त्यास पिकापाण्याची सविस्तर हकिकत कळविण्याकरितां गेला कीं, कोणी कामगार नुकताच स्नान करून अंगावर भस्म फासून पुढें पाटावर शालिग्राम मांडून अगरबत्तीच्या सुवासांत लंपट होऊन त्याची पूजा करीत बसला आहे, व कोणी भलती एखादी मळकट पोथी हातांत घेऊन वाचीत बसला आहे, व कोणी नांवाला गोमुखींत हात घालून गच्च डोळे झांकून जपाच्या निमित्यानें बावनखणीकडेस ध्यान लावीत आहे. इतक्यांत बाहेर ओसरीवर शेतकऱ्याचे पायाचा आवाज त्यांचे कानीं पडल्यास डोळे न उघडतां सोवळा कामगार त्यास विचारतो कीं ''तूं कोण आहेस ?'' शे. - ''रावसाहेब मी शेतकरी आहें.'' का. ''येथें देवपूजेंत तुझे काय काम आहे ? कांहीं भाजीपाला आणला असल्यास घरांत मुलाबाळांस स्पर्श न करितां यजमानीजवळ देऊन चालता हो. दुपारी कचेरींत येऊन लेखी अर्ज तुझे नांवाचा कर, म्हणजे तुझें

काय म्हणणें आहे, तें सर्व साहेबांस समक्ष जाऊन सांगेन. आतां जा कसा.'' पुढें शेतकऱ्यानें तसेंच मागले पायीं लागोलग राईतील कलेक्टरसाहेबांचे तंबूचे बाहेरले बाजूस जाऊन बुटलेर, पट्टेवाले व जमादारसाहेबांस मुजरे करून तंबूचे दारापुढें लांब उभा राहून पहातो, तों कोणी साहेब पायाखालीं जमिनीवर काशिमरी गालिचाची बिछायत, अंगावर सालरजंगासारखा मोंगलाई पेहराव घालून खुर्ची आसनावर बसून लवेंडरच्या सुवासामध्यें आपल्या खाण्यापिण्याचे नादांत गुंग, कोणी कोचावर उताणा पडून पुस्तकांतील गुलाबी वर्णन वाचण्यामध्ये गर्क असल्यामुळे तेथील चपराशी त्यांस (शेतकऱ्यास) तेथून धुडकावून लावितात. तेव्हां शेतकऱ्यांस आपलीं गाऱ्हाणीं सांगितल्याशिवाय घरी मुकाट्याने जावें लागते. यावरून गोरे कामगारांच्या रीतिभाती, मिजाज व ताजीमतवाजा व काळे कामगारांची दौलत, विद्या, अधिकार, उच्चवर्णाची शेखी व सोंवळेचाव याच्या धुंदीत असणाऱ्या उभयता कामगारांच्या घरांतील बेपर्वा बायकापोरांशीं अज्ञानी दुबळ्या शेतकऱ्यांच्या बायकामुलांचें दळणवळण नसल्यामुळे शेतकऱ्यांच्या वास्तविक अडचणी गोऱ्या व काळ्या परजातींतील सरकारी कामगारांच्या कानावर घालण्यास मार्गच नाहीं. कारण या उभयतां सरकारीं कामगारांचें सर्वच निराळें[१०] आणि असे परकी कामगार शूद्र शेतकऱ्यांच्या शेताची पहाणी करून त्यास सूट देणार ! पहाणी करतेवेळी कधीं कधीं गोरे कामगार शिकार करून थकल्यामुळें तंबूंत सडकून झोंपा मारितात. आणि सोंवळे कामगार त्या गांवांतील निर्दय कुलकर्ण्यांच्या व अक्षरशून्य भितऱ्या पाटलाच्या मदतीनें गांवांतील त्याचे दोनचार दारूबाज गांवगुंड सोबती घेऊन पहाणी व्हावयाची व तत्संबंधी सर्व कागदपत्र पाहून सूट देणारे म्हटलें म्हणजे, समुद्राचे पलीकडचे गोरे कामगार ! इतकाही अट्टाहास करून शेतकऱ्यांस वेळच्या वेळीं सूट नच मिळाल्यास त्यानें मारवाड्यापासून कर्ज काढून पट्टी[११] न वारावी तर, का त्यानें चोऱ्यामाऱ्या करून पट्टी वारावी ! किंवा कसें ? असो, परंतु अज्ञानी शेतकरी कर्जवाम काढून चावडी भरण्यास चालले कीं, त्यांच्यापुढें वाटेंत बहुतेक अक्षरशून्य ठोंबे, भटांचा थाट करून आडवे उभे राहून फक्त ''यजमान तुमचें कल्याण असो'' असें म्हणून त्याजपासून कांही ना कांही पैसे उपटतात, त्यांतून वेळीं वक्तशीर पाऊस पडून थोडेंबहुत पीक रकमेस आल्यास आमच्या जहामर्द सरकारच्या भागूबाई गोऱ्या कामगारांनीं अज्ञानी भोळ्या शेतकऱ्यांजवळून बंदुकी बरच्या हिसकावून घेतलेल्या पिकांवर ब्राह्मण, मारवाडी, वगैरे सावकार लिंगायती व गुजराथी अडते आणि इतर जातींतील दलाल दीडीवाले नजर ठेवून त्यास ओरबडून खातात, इतकेंच नव्हे, परंतु अडत्याचे स्वयंपाकी गुजराथी ब्राह्मण, शेतकऱ्यापून दर पल्ल्यामागें शेर शेर गूळ ओरबडूं लागले आहेत. असो, शेवटी बाजार करून एकटा दुकटा शेतकरी, परत वेशीच्या दारांत आला की, गांवांतील पोलीसपाटलासहीत एकदोन गांवगुंड, दारूबाज

लुच्चांस थोडी थोडी दारू न पाजल्यास थोड्याच दिवसांत चावडीपुढें त्याची कुंदी निघालीच, अस समजा. काय हो हे आतांचें ज्ञानसंपन्न धर्मराज्य ! परंतु या धर्मराज्यांत कर्मनिष्ठ ब्राह्मण कामागारांच्या कर्तबगारीने काठीला सोनें बांधून रामेश्वरापासून परंतु सांप्रत लक्ष्मी आपल्या ज्ञान व वस्त्रहीन झालेल्या शेतकऱ्यांच्या घरांत पोटभर भाकर व अंगभर वस्त्र मिळेना, तेव्हां कंटाळून उघड दिवसा आपल्या समुद्र पित्याचे घरी गेली व समुद्राचे पलीकडील तिच्या इंग्रज सख्या बांधवांनीं तिच्या मर्जीप्रमाणें आळस टाकून उद्योगधंद्याचा पाठलाग करून, आपल्या घरांतील अबालवृद्ध स्त्रीजातीस बरोबरीचा मान देऊन त्यांचा इतमाम नीट ठेवूं लागल्यामुळे, ती (लक्ष्मी) त्यांची बंदी बटिक झाल्यावरून, ते आपल्या हस्तगत झालेल्या शूद्र शेतकऱ्यांपासून मन मानेल तसे द्रव्य गोळा करून, त्यांजबरोबर वरकांति गोड गोड बोलतात खरे, परंतु त्यांस मनापासून विद्या देण्याकरिता चुकवाचुकव करीतात. त्याचें मुख्य कारण हेंच असावें कीं शेतकरी विद्वान झाल्याबरोबर ते आपल्या खांद्यावर असूड टाकून लक्ष्मीस पुढें घालून आपल्या घरीं आणून नांदावयास लावण्याकरितां कधीं मागेपुढें पहाणार नाहींत, या भयास्तव ते शेतकऱ्यांस विद्वान करीत नाहीत. कारण तसें घडून आल्यास त्या सर्वांस दोम दोम अमेरिकेंत जाऊन तेथें रात्रंदिवस कष्ट करून आपलीं पोटें भरावीं लागतील. व शेतकऱ्यांची लक्ष्मी जर आजपावेतों आपल्या माहेरी गप्प बसली नसती, तर भट ब्राह्मणांनीं इतके सोंवळें माजविलें असतें कीं, यांनीं आपल्या जन्म देणाऱ्या मातापित्याससुद्धां अंमळ दूर हो ! आम्हीं आतां सोंवळें नेसलो आहोंत, आम्हांला शिवूं नका, तुमची आम्हांवर सावलीदेखील पडूं देऊं नका, म्हणून म्हणण्यास चुकले नसते. तेव्हां या भूदेव भटांनीं अज्ञानी शूद्र शेतकऱ्यांची काय दुर्दशा उडविली असती, त्याचें अनुमानसुद्धां करितां येत नाहीं. परंतु मी खात्रीनें सांगतो कीं, यांनीं तर मांगमहारांस जिवंतच नव्या इमारतीच्या पायांत दगडचुन्यांत चिणून काढिलें असतें. आतां मांगामहारांनी खिस्तीं होऊन आपली सुधारणा करून मनुष्यपदास पावावें तर, तेथील कित्येक काळे भट विद्वान खिस्ती, रात्रंदिवस गोऱ्या मिशनरींच्या कानीं लागून ते या अनाथांची डाळ शिजूं देत नाहींत. कारण तेथेंही उंच वर्णांतील झालेले खिस्ती अनेक प्रकारचे भेदाभेद ठेवितात, असें पहाण्यांत आलें आहे. इतकेंच नव्हे परंतु आतांशी कित्येक विद्वान भटब्राह्मण[१२] काखेंत सोंवळींभांडीं मारून इंग्लंडास जाऊ लागले आहेत. तेथें हे प्रतापी जाऊन शेतकऱ्यांच्या घरांतील लक्ष्मीच्या नादांत लंपट होऊन सदा सर्वकाळ विजयी लक्ष्मीच्या झोकांत असल्यामुळे कोणाची परवा न करणारे इंग्रज लोकांस, मुक्या शूद्रादि अतिशूद्रांविषयी काय काय लंड्याालबाड्या सांगून त्यांच्या समजुतीत काय काय फरक पाडून त्यांचा सरकारी कामगारांकडून कसकसा सत्यानास करतील. याविषयी आमच्या हल्लीच्या बापुड्या **गव्हरनर जनरल साहेबांला** सुद्धां तर्क करवणार नाहीत. कारण आमचे अट्टल

खटपटी माजी **गव्हरनर टेंपलसाहेबांचे** कारकीर्दींत कालच्या दुष्काळांत तलाव, कनाल वगैरे ठिकाणीं पोटें आवळून कष्ट करणाऱ्या शेतकऱ्यांवर भट ब्राह्मण कारभारी असल्यामुळें, शेतकऱ्यांचा भटकामगारांनीं इतका बंदोबस्त ठेविला होता कीं, भेकड सिद्धी लोकांच्या मुलाबाळांस चोरून अमेरिकेंत विकण्याकरितां नेतेवेळीं त्यांची भयंकर स्थिती याहून फार बरी होती, असें तुमच्या खात्रीस आणून देण्यापुरतें येथें सर्व लिहूं गेल्यास त्या सर्वांचा असूडाच्या सवाईनें दुसरा एक स्वतंत्र ग्रंथच होईल. यास्तव पुढें एखादे वेळीं मला फावल्यावर त्याविषयीं पहातां येईल. परंतु हल्लीं हिंदुस्थानविषयीं लंडनांत रात्रंदिवस बडबड करण्यापेक्षा **मे. फासेटसाहेबांनीं मे. ग्ल्याडस्टनसाहेबांसारख्या डोळसांस** कसेंही करून आपल्याबरोबर घेऊन येथें आल्याबरोबर, त्या उभयतांनीं एकदोन आठवडे महारामांगाच्या झोपडींत राहून त्यांची हल्लींची स्थिती स्वत: आपल्या डोळ्यांनीं पाहिल्याबरोबर ते पुन: इंग्लंडांत बडबड करण्याकरितां परत न जातां परभारां अमेरिकेंत पळून न गेल्यास, भटब्राह्मणांच्या पोरासोरांनीं या माझ्या लेखावर पाहिजेल तशा कोट्या करून आपल्या वर्तमानपत्रांसह मासिक पुस्तकांनीं छापून बेलाशक आपलीं पोटें भरावींत. सारांश एकंदर सर्व माळी, कुळबी, धनगर, वगैरे शेतकऱ्यांजवळ ईश्वराकडून आलेले म्हणण्यालायक कुराण, बायबलासारखे पुस्तक नसल्यामुळें त्यांच्यांतील महाप्रतापी भोसले, शिंदे, होळकर, गायकवाड वगैरे राजेरजवाडे शेतकऱ्यांचीं बहुतेक मुले, गायीचे बाप, ज्यांस आर्यभटांच्या आडकाठीमुळें संस्कृत रुपावलिसुद्धां धड वाचता येत नाहीं. आम्हीं मानव प्राणी आहोंत व आमचे वास्तविक अधिकार काय काय आहेत, याविषयीं एकंदर सर्व शेतकऱ्यांस मुळींच कांहीं समजत नाहीं. तसें जर नाही म्हणावें, तर शेतकऱ्यानीं आपुल्या स्वजाति, आर्यमानवांच्या मलीन पायांचीं तीर्थें प्राशन करण्याची वहिवाट चालू ठेविली असती काय ? ब्राह्मणांच्या सांगण्यावरून त्यांच्या पूर्वजांनीं उपस्थित केलेल्या या दगड धातूंच्या मूर्ति, गायी, सर्प व तुळशींच्या झाडांची शेतकऱ्यांनीं पूजा करून त्यांस देवाप्रमाणें मानलें असते काय ? आर्य-ब्राह्मणांनीं आपले मतलब साधण्याकरितां समूळ ज्ञानहीन करून ठेविल्यामुळें त्यांच्यांत सारासार विचार करण्याची ताकद नसल्यामुळें, ते भुताखेतांवर भरोसा ठेवून मन मानेल त्या वीरांची वारी अंगात घुमवून, पोरासोरांसह आपल्या अंगावरील साधणी (उतारे) टाकून आपलें द्रव्य खराब करितात. त्यांचा औषधउपचारांवर भरोसा नसल्यामुळें ते लुच्चड देवऋषींचे नादीं लागून आपल्या जिवास मुकतात. असो, याविषयीं पुढें एखादे वेळं पाहतां येईल. अशा चौंहोकडून सर्वतोपरी नाडल्यामुळें सत्वहीन झालेले अज्ञानी शेतकऱ्यांत लहानपणीं लग्ने करण्याची वहिवाट असल्यामुळें, शेतकऱ्यांचे कोवळ्या वीर्याचा भंग होत चालल्यावरून त्यांची संतति दिवसेंदिवस वीर्यहीन होत चालली आहे. त्याचप्रमाणें पूर्वी शेतकऱ्यांच्या गोफणींच्या धोंड्यांच्या भडिमारापुढें

एकटादुकटा टिकाव धरीत नसे. परंतु आतांचे इंग्रजी अंमलांतील त्यांचे नातूपणतू इतके तेजहीन झाले आहेत कीं, त्यांस गांवांतील धगड्या मुरळ्यासुद्धां भीक घालीत नाहींत व दुसरे असे की, त्यांच्यांत लहानपणी लग्नें केल्यामुळें लग्नें केल्यानंतर त्यांचीं मुले वयांत आल्याबरोबर त्यांस रंगरूप, चालचलणूक, प्रकृती, स्वभाव वगैरे गुणावगुण एकमेकांस न आवडल्यामुळे परस्परांत वितुष्ट पडून, कित्येक उनाड शेतकऱ्यांच्या छाकट्या मुलांनीं आपल्या निरपराधी स्त्रियांचा त्याग[१३] केल्यामुळे त्या बापुड्या आपल्या आईबापांचे घरीं आयुष्याचे दिवस काढीत आहेत व बाकी उरलेल्या निराश्रित बिचाऱ्या हाळ्यापाळ्या करून आपला गुजारा करिता करितां यमसदनास जातात. शेतकऱ्यांचे आईबाप त्यांच्या संमतीशिवाय त्यांची लहानपणीं लग्नें करून देतात. यामुळे त्यांस लग्नाच्या बायका जर आवडल्या नाहींत, तर त्या प्रत्येकांनीं दुसरी एकेक पाटाची बायको करावी, म्हणजे त्यांच्या मढ्यापुढें गाडगी धरण्याच्या जाचातून त्यांची मुलें मुक्त होतील. त्यांतून कुणब्यांतील कित्येक शेतकरी ज्यांस ट, फ करून व्यंकटेशस्त्रोत्र, तुळशीआख्यान व रुक्मिणी स्वयंवर वाचतां आले की, त्यांनी दोन, दोन, तीन, तीन पाटांच्या बायका केल्यानंतर गांव पाटिलक्या करिता करिता गांवांतील धूर्त ब्राह्मणांचे नादीं लागून आज यांच्या खोट्या खतांवर साक्षी घालितात, उद्या त्यांच्या खोट्या पावत्यांवर साक्षी घालून गांवांतील एकंदर सर्व गरीबगुरिबांस त्रास देऊन त्याजपासून मन मानेल तसे आडवून द्रव्य उपटतात. माळ्यांतील शेतकऱ्यांस ट, फ, कां होईना, वाचण्याचे नांवानें **वाटोळें गरगरीत** पूज्य. परंतु त्यांस भराड, गोंधळ, चितरकथा व कीर्तनें ऐकतां **थोडेसे अभंग**, चुटके व दोहरे तोंडपाठ झाले कीं, ते चौकोनी चिरे बनले, म्हणजे त्यांच्यापुढें विद्वान, पंडित व घोड्यावर बसून गोळी निशाण मारणारे काय माल ! त्यांनीं एखादा अभंगाचा तुकडा अथवा दोहरा फेकला कीं, भल्या भल्या जाड्या विद्वानांचे मोहरे फिरविण्यापुरता मनांत घमंडीचा भास झाला कीं, त्यांनी लग्नाच्या बायकोच्या उरावर एकएक, दोनदोन पाटाच्या बायका ठणकावल्याच. त्यांच्या हाळीपाळीच्या जिवावर हांतांच्या बोटांत लहानमोठ्या रुप्याच्या अंगठ्या, उजव्या कानांत मोत्यांच्या बाळ्या, सखलादी तांबड्या टोप्या, बसावयास खाली लहान लहान तरटांचे तुकडे, त्यावर पुढले बाजूला नवारीच्या काळ्या मिचकूट चंच्या, पलिकडे चिटकुल्या पितळेच्या घाणेरड्या पिकदाण्या, त्यांत त्यांच्या आग्रहावरून विडा खाऊन थुंकू लागल्याबरोबर ओकारी येते. शेजारी तरटावर एक दोन गांजा मळूं लागणाऱ्या दाटी बळकटी करून बसलेल्या भांग्यासोबत्याबरोबर मन मानेल तशा, राजा विक्रमाच्या पोकळ गोष्टी सांगता सांगता आपण आपल्यासच टोपाजी मोऱ्याचे पूत हणगोजीराव म्हणून घेणारे कारभारी बनतात. ज्यांच्या बायकांवर या कारभाऱ्यांच्या जेवणाच्या फेरपाळ्या आल्या असतील, त्या बापुड्या आपल्या हाळ्यापाळ्यांच्या मिळकतींतून या ऐदी

कारभाऱ्यांस पान, तंबाकू पुरवून वेळच्या वेळी जेवू घालीतात. दुपारी रगडून झोंपा घेतल्यानंतर घराबाहेर पडतांच दोन्ही पाय फांकून सोनारासारखी पुढें उराडीं काढून चवड्यावर चालताना दोन्ही दोन्ही अंगावर डूलून बोळक्या तोंडावरील भुरक्या मिशीवर ताव देणारे दोन बायकांचे कारभारी, माळ्यांच्या आळोआळींनी फिरतां फिरतां तेथील एकदोन तुकडेमोडू आप्तांस सामील करून गांवांतील अल्लड तरुण स्त्रियांच्या उखाळ्यापाखाळ्या काढून जातीमध्ये दोनदोन तीनतीन तट करून त्यांच्या पंचायती करिता करिता बहुतेकांच्या सोयऱ्याधायऱ्यांत तुटी पडून, बहुतेकांच्या कानांत सुंठी फुंकून कित्येकांच्या सुनाबाळींची मायमाहेरे वर्ज करवितात. शेवटी हे पराक्रमी कारभारी गोरगरीबांस धमक्या देऊन त्यांजपासून दारूपाण्यापुरते पैसे घेऊन संध्याकाळी घरी जाताच बायकांच्या पाट्यांतील उरल्यासुरल्या सडक्यासुडक्या फळफळ्यांवर ताव देऊन, त्यांचे स्वयंपाक आटपेपावेतों तेथेच त्यांच्याशी लाडीगोडी लावून इकडच्या तिकडच्या गोष्टी सांगून टपत बसतात. गांवांतील लग्नात हे रिकामटेकडे, तुकडे मोडून गांवातील दिवसाच्या तेलच्यावर धाड घालण्याकरिता त्याच्या मूळमातीस जातात. अशा प्रकारचे अक्षरशून्य मुजोर अधम कारभारी शेतकऱ्यांमध्ये पुढारी असल्यास त्या अज्ञानी शेतकऱ्यांची, त्यांच्या शेतांची सुधारणा कधीं व कशी होणार बरे ! असो. आजपावेतो मी काय जी माहिती मिळविली आहे, त्यांपैकी नमुन्याकरिता सदरची थोडीशी हकिकत आपल्यापुढे आणिली आहे, तिचा आपण स्वत: शोध करून पहाल, तेव्हा तुमची खात्री होईल कीं, शुद्र शेतकऱ्यांवर हल्ली मोठा खुदाई गहजब गुजरला आहे व ही माहिती तरी फारच थोडी आहे, तथापि आमचे उद्योगी सरकारने आपल्या गोऱ्या **ग्याझेटियर**कडून काळ्या भट मामलेदारांमार्फत आजपावेतो शेतकऱ्याविषयी जी काय माहिती मिळविलेली आहे, तिच्याशी कांही मेळ मिळेल असे माझ्याने म्हणवत नाही. कारण एकंदर सर्व सरकारी खात्यांपैकी एकसुद्धां खाते सापडणार नाही की, ज्यामध्ये भट पडले नाहीत. या सर्व अनिवार दुःखांचा पाया आजपर्यंत हजारो वर्षांपासून ब्राह्मणांनी शूद्र शेतकऱ्यास विद्या देण्याची बंदी केली हा होय. शेतकऱ्यानीं विद्या शिकू नये म्हणून पुराणिक व कथाड्या भटांनी त्यांच्या मनावर इतकी छाप बसविली आहे की, शेतकऱ्यांस आपली मुलें विद्वान करण्यामध्ये मोठे पाप वाटते. त्यांतून हल्ली त्यांची अतिशय लाचारी असल्यामुळे ते आपल्या मुलांस विद्या शिकवू शकत नाहीत, याचा अनुभव सर्वांस आलाच आहे. यास्तव आमचे अष्टपैलू धार्मिक सरकार ज्या मानाने शेतकऱ्यापासून नाना प्रकारचे कर, पट्ट्या, लोकलफंड वगैरे बाबी गोळा करिते, त्याचप्रमाणे त्यांनी प्रथम एकंदर सर्व खेड्यांपाड्यांतील सरकारी मराठी व इंग्लिश शाळा बंद करून शेतकऱ्यांवर थोडीशी इमानेइतबारे मेहरनजर करून शेतकऱ्यांपैकीच शिक्षक तयार करण्याकरितां दरएक तालुक्यानें लोकलफंडापैकी रकमा खर्चीं घालून, शेतकऱ्यांच्या

मुलांस अन्नवस्त्रे, पुस्तकें, वगैरे पुरवून बोर्डिंग शाळा कराव्यात व त्या शाळांमध्ये त्या मुलांपैकी शाळागुरु तयार केल्यानंतर फक्त त्यांच्या शाळेत शूद्र शेतकऱ्यांनी आपली मुलें अमुक वर्षांचे वयाचीं होईतो पावतो अभ्यास करण्याकरिता पाठवावीत, म्हणून कायदा केल्याशिवाय शेतकऱ्यांचे मुलांस, थोडेसे का होईना, परंतु खरे ज्ञान झाल्यावांचून त्यांच्या मनावरील ब्राह्मणांनी उमटविलेला ठसा फिक्का पडावयाचा नाही. आणि तसें केल्याविना शेतकरी शुद्धीवर येणेच नाहीत. परंतु आमच्या इदर थापडी तिदर थापडी करणाऱ्या सरकारने, पल्लोगणती ब्राह्मण कामगारांतील प्रोफेसर व डिरेक्टर शाळाखात्यांत खोगीरभरतीला घालून एकंदर सर्व लोकलफंड जरी खर्चीं घातला, तथापि त्यांजपासून शेतकऱ्यांचे मुलांस वास्तविक विद्या मिळणे नाही. कारण शेतकऱ्यांचे शेती कुंपणाकरिता महारांनी, लावलेल्या कांट्या वाऱ्याने जातात. ही किती केली तरी भाड्याची तट्टे. संध्याकाळ झाली कीं, धर्मशाळेपुढे गप्प उभी रहावयाचीं ! हे आमच्या सरकारच्या कानांत हळूच सांगून या प्रसंगी आजचा विषय पुरा करितो.

☆

---

१. A Sepoy Revolt by Henry Mead, pages 280, 81, 82, 83, 85 and 86.

२. A Sepoy Revolt, by Henry Mead, page 293.

३. A Sepoy Revolt by Henry Mead, page 288.

४. भूदेव वासुदेव फडक्याच्या नादीं लागून बहुतेक अज्ञानी, शूद्र, रामोसी काळ्या पाण्यास व कित्येक तर फाशी गेले.

५. बामनाच्या मुला, कोठें जातोशी जोडीया । हाती दवूत लेखणी, फिरशी कुणबी नाडाया ॥

६. A Sepoy Revolt by Henry Mead, pages 234 270 and 271.

७. A Sepoy Revolt by Henry Mead, page 44.

८. A Sepoy Revolt by Henry Mead, page 198.

९. A Sepoy Revolt by Henry Mead, pages 334 anf 358.

१०. हे येथील लाल अथवा हिरव्या बागेतील उपदेश करणाऱ्या शूद्र टीकोजीस माहीत कसे नाही ? तो हमेशा वेडीचे सोंग कशाकरिता घेतो बरे ?

११. A Sepoy Revolt by Henry Mead, page 29.

१२. A Sepoy Revolt by Henry Mead, page 286.

१३. मी हा चवथा भाग गतवर्षी सन १८८३ एप्रिल महिन्यात मुंबई शहरात वाचला. त्या दिवसापासून शूद्रांत निरनिराळ्या विद्वानांनी आपापल्या तारुण्यात लग्नाच्या कुलशील स्त्रिया फक्त गोऱ्यागोमट्या नसल्यामुळे मोकलेल्या आहेत, ह्या सर्वांस माझा मोठा राग आला आहे व ते आपआपल्या अनाथ स्त्रियांपाशी मनाच्या लज्जेस्तव क्षमा मागून त्यास आपआपल्या घरी परत आणण्याचे एकीकडे ठेवून माझीच ते उलटी चोरून छापून वर्तमानपत्राद्वारे निंदा करू लागले आहेत. त्यांच्या तोंडाला हात कोणी लावावा !

५

आम्हां शूद्र शेतकऱ्यासंबंधी आर्य भट ब्राह्मणांस सूचना, व सांप्रत सरकारनें कोणकोणते उपाय योजावेत :-

हे शेवटचे पांचवे प्रकरण सुरू करण्याचे पूर्वी या प्रकरणांत भट पडू नये, या इराद्याने या देशांतील महाधूर्त आर्य भटब्राह्मणांस या प्रसंगी काही सूचना करितो. त्या योगाने आमच्या परदेशी विद्वान सरकारासह आपल्या स्वदेशी अज्ञानी ''दस्यू'' शूद्र बांधवांचे डोळे उघडून शुद्धीवर येवोत, असं माझे देवाजीजवळ मागणे आहे. कारण त्यांनीं आताशी आपल्या धर्मरूपी तरवारीने सर्व लोकांच्या, ऐश्वर्याचे चरचरा गळे कापणाऱ्या शास्त्ररूप खड्‌गास सोंवळ्याच्या वळकुट्यांनी लपवून आपण मोठ्या स्वदेशअभिमान्यांचे सोंग आणून मांगामहाराकडे ढुंकून न पाहतां शूद्र, पारशी, मुसलमान लोकांतील अल्लड होतकरू पोरासोरांस आपल्या पुस्तकांनी, वर्तमानापत्रांनी, सभांनी वगैरे मार्गांनी आपल्या देशांतील उच्चनीच भेदभावाविषयी आपण सर्वत्रांनी आपआपसांत कुरकुरण्याचे एकीकडे ठेवून, एकचित्त होऊन आपली सर्वांची एकी केल्याशिवाय या आपल्या हतभागी देशाची उन्नती होणे नाही, असा उपदेश करितात. हे ऐकून अक्षरशून्य शेतकऱ्यांनी काही विपरीत आचरण करू नये, म्हणून येथे थोडासा प्रयत्न करून पहातो. या उपर त्यांचे नशीब.

पूर्वी धूर्त भटब्राह्मणांच्या पूर्वजांनी आपल्या धनुर्विद्येच्या जोराने (दस्यू) शूद्रांवर वर्चस्व मिळवून त्यांजवर त्यांनीं आपला कडकडींत अम्मल बसविल्यादिवसापासून आज हजारों वर्षे पराजित झालेल्या (दस्यू) शूद्र रयतेचा चालत आलेला व आजतागाईत त्यांनी आपल्या हस्तगत झालेल्या शूद्रांस मतलबाने अज्ञानी ठेविल्यामुळे, शूद्र शेतकऱ्यास आपल्या मूळच्या वास्तविक मानवी अधिकाराचा विसर पडून, ते यांनी बनविलेल्या ग्रंथांतील मतलबी मतास बौद्ध, महमदी, व ख्रिस्ती पुस्तकांतील सार्वजनिक मानवधर्माप्रमाणे पवित्र मानून विश्वास ठेवू लागल्यामुळे, एकंदर सर्व अज्ञानी, शूद्र, ब्राह्मणांचे अंकित होऊन ते इतर मनुष्यमात्रांचा, अधिकारानुसारी खऱ्या धर्माचा तिरस्कार करून त्यांची निंदा करण्यामध्ये पुण्य मानूं लागले. यामुळे ते

यांच्याशीं कशाही प्रकारच्या दगलबाजी करूं लागले. तथापि हे (शूद्र) तसें करणें हा त्यांचा अधिकारच, असें मानू लागले. व ब्राह्मणांच्या दगलबाजीविषयीं शूद्रांनीं शंकासुद्धा घेऊं नये, हाच काय तो शूद्रांचा धर्म, म्हणून जो प्रचार घडला, तो आजकाळपावेतों चालू आहे. यांतील वास्तविक व्यंगितांविषयीं परदेशस्थ इंग्लिश सरकार व त्यांचे ऐषआरामी गोरे कामगार सर्व प्रकारे गैरमाहीत असल्यामुळे त्यांच्याने याजविषयी योग्य बंदोबस्त होत नाहीं. यास्तव एकंदर सर्व शूद्र शेतकऱ्यांची स्थिती एवढ्या दीनवाण्या मजलशीस येऊन पोहोचली आहे व अद्यापही आपण नामानिराळे राहून परभारे शेतकऱ्यांकडून मोठमोठी महत्त्वाची कामे करून घेण्याचे उद्देशाने हे (ब्राह्मण) आपल्या सभांनी, वर्तमानपत्रांनी व पुस्तकांनी त्यांस आपल्या नादी लावण्याकरितां नेहमी उपदेश करितात की ''शूद्र शेतकऱ्यानी ब्राह्मणांबरोबर एकनिष्ठेने राहून त्यांच्याशी एकी केल्याशिवाय या दुर्दैवी देशाची उन्नती होणेच नाही.'' आतां ह्या त्यांच्या पोकळ उपदेशावरून अज्ञानी शूद्र शेतकऱ्यांस उन्नतीच्या थापा देऊन, त्यास केवळ फसविण्याचा हेतू दिसतो. कारण ब्राह्मणांच्या पूर्वजांनी आपल्या सत्तेच्या मदांत आपणास भूदेव मानून, निर्बळ शूद्र शेतकऱ्यांस दासासारखे वागवले; व ती अति नीच सुरू केलेली वहिवाट आजदिनपावेतो अन्य रीतीने जागृत ठेविली आहे. यावरून शेतकऱ्याबरोबर अशी परकी ब्राह्मणांची एकी कशी होऊ शकेल ? हे महाप्रतापी, **''डाक्टर फ्रँकलीन''** **''टामस पेन''** वगैरे प्रमुख गृहस्थ या विद्येच्या प्रतापानें व इतर अमेरिकन कसबी लोक रात्रंदिवस सतत परिश्रम करून आपल्या कलाकुसरीच्या सहाय्याने युरोपखंडांतील एकंदर सर्व राष्ट्रांतील कारागीर लोकांस मागे हटवून, तेथील कोट्यवधी रुपये साल दरसाल घेऊन जातात. ती विद्या ब्राह्मणांच्या पूर्वजांनी आपल्या वर्चस्वाच्या धुंदीत शूद्र शेतकऱ्यांस देऊ नये, म्हणून आपल्या मतलबी अटोकाट बंदीचे लेख करून ठेविले. यामुळे या देशांतील खरी शिपाईगिरी व धनुर्विद्येची बढती होण्याचें काम अगदीं बंद पडलें. तसें जर नाहीं म्हणावें, तर आपण आपल्या डोळ्यांनीं नेहमीं पहातों कीं, आतांशीं शिंदे, होळकर वगैरे महापुरुषांच्या घराण्यांतील कित्येक तरुण खासे घोड्यावर बसून भालेबोथाट्याची बरीच टुरटूर करितात, परंतु त्या हतभाग्यांस दुर्बिणी कशा लावून कोणत्या ठिकाणी मोर्चे बांधून, तोफेचे गोळे कसे डागावेत, या कामी ते काळ्या कपिला गाईचे बाप ! ते आपल्या पागोठ्याला पिळावर पिळ घालून वाडवडिलांच्या अब्रूचा खराबा करून शूद्र शेतकऱ्यांचे उरावर खायला काळ आणि धरणीवर भार मात्र झाले आहेत. या कारणावरून अनेक वेळीं **'फ्रेंच' 'पोर्च्युगीज' व 'मुसलमान'** वगैरे लोभी बादशहांनी या देशांत स्वाऱ्या करून येथील अतोनात द्रव्य आपल्या देशांत नेले, त्यांतून कित्येकांनी ब्राह्मणांच्या मतलबी धर्माची विटंबना केली. अखेरीस कित्येक खुदापास्त मुसलमान सरदारांनीं हजारो भटब्राह्मणांच्या कानाला

धरून आपल्या मानवी धर्मांत ओढीत नेऊन त्यांच्या चटचटा सुंता केल्या. तथापि त्यांनी हा काळपावेतो आपल्या संस्कृत पाठशाळांनी शूद्र शेतकऱ्यांचे मुलांस विद्या शिकविण्याची बंदी कायम ठेविली आहेच. यावरून शेतकऱ्यांबरोबर अशा ब्राह्मणांची एकी कशी होऊं शकेल ? आता सृष्टीक्रमास ताडून पहातां ज्ञानाशिवाय मनुष्यामध्ये व एकंदर सर्व प्राणीमात्रांमध्ये इतर स्वभावजन्य गुण सर्व सामान आहेत, असे अनुभवास येते. जसे पशूस आहार, निद्रा, मैथून, आपल्या बच्चांची जतणूक करणे, शत्रूपासून आपला बचाव करणे व पोट भरल्यावर दुरक्या फोडून धडका घेण्याशिवाय दुसरे काही कळत नाही, यास्तव त्यांच्याने सदरच्या व्यवहारांत कोणत्याही प्रकारची तिळमात्र सुधारणा करवत नसल्यामुळे त्यांच्या मूळच्या स्थितीत कोणत्याच तऱ्हेची उलटापालट होत नाही. परंतु मानव प्राण्यांस स्वभावतःच एक विशिष्ट बुद्धि आहे. तिच्या योगाने तो सर्व जलतंतू, पशू, पक्षी, कीटक वगैरे प्राणीमात्रांमध्ये महत्त्वास चढून श्रेष्ठत्व पावला आहे व त्याचे बुद्धीच्या योगाने त्याने आपले विचार कागदांवर टिपून ठेवण्याची युक्ति शोधून काढली. यावरून चोहों खंडांतील लोकांस आजपावेतो लागलेल्या ठेचांविषयीं अनुभवशीर वृत्तांत टिपून ठेवितां आल्यांमुळे हल्लीं जगांत अनुभविक ज्ञानभांडाराचा येवढा मोठा साठा जमला आहे, व अनुभविक ज्ञानाच्या सहाय्यावरून बुद्धीच्या मदतीने युरोपियन लोक आपले महत्त्वाचे विचार तारायंत्राद्वारे हजारों मैलांचे अंतरावर एकमेकांस कळवून दुष्काळांत आगबोटींतून व आगगाडींतून वगैरे लक्षावधी खंडी धान्य पाठवून एकमेकांचा बचाव करितात. आणि अशा बुद्धिमान मानवजातीपैकी शूद्र शिवाजी शेतकऱ्यांने एका देवास भजणाऱ्या मुसलमानी बादशहास जर्जर करून गाईब्राह्मणांसह त्यांच्या मतलबी धर्माचा प्रतिपाळ केला. हा प्रकार मनीं स्मरून अक्षरशून्य शूद्र शिवाजीच्या निमकहराम पेशवे सेवकाने शिवाजीच्या अज्ञानी वंशजास साताऱ्चे गडावर कैदेत ठेवून, त्यांची चौकशी करण्याचे काम महाक्रूर निर्दय अशा त्रिंबकजी डेंगळ्यावर सोंपवून आणि पुणें शहरांत आपल्या जातीच्या आर्य भटब्राह्मणांस रमण्यामध्ये रुपये मोहोरांची दक्षिणा वाटून ब्राह्मणतर्पणे करून रात्रंदिवस कृष्णलीलेचे पुण्यआचरण करिता करिता, ब्राह्मणासारखे एकेरी धोतर नेसण्याबद्दल शूद्र शेतकऱ्यांसह शिंपी वगैरे जातीच्या लोकांस शिक्षा करीत बसले. इतकेच नव्हे, परंतु हल्लींचे भटब्राह्मण शेतकऱ्यांच्या विष्ठा खाणाऱ्या गायींचे मूत्रास पवित्र तीर्थ मानून त्याच्या सेवनाने शुद्ध होतात. आणि तेच भटब्राह्मण आपल्या मतलबी धर्माच्या॰ वाडवडिलांच्या हिमायतीने शूद्र शेतकऱ्यांस नीच मानतात. यावरून शेतकऱ्यांबरोबर अशा ब्राह्मणांची एकी कशी होऊ शकेल ?

आर्यब्राह्मणांतील कित्येक, खोटे कागद, बनावट नोटी व लांच खाल्याबद्दल सक्तमजुरीच्या शिक्षा भोगितात व कित्येक जरी शाक्तमिषें अशौच मांगिणीबरोबर मद्यमांसादि निंद्य पदार्थ भक्षण करितात, तरी ते भोसलें, शिंदे, होळकर वगैरे शूद्र

राजेरजवाड्यांस नीच मानून त्यांजबरोबर रोटीव्यवहार करीत नाहींत. बहुतेक भट ब्राह्मण गावांतील ओवळ्या कसबिणींच्या घरीं सर्व प्रकारचा नीच व्यवहार करितात, तरी ते आर्य भट सालस शूद्र शेतकऱ्यांबरोबर बेटीव्यवहार करण्यांत पाप मानितात, यावरून ''ढ'' च्या पुढल्या ''क्ष'' नें म्हटल्याप्रमाणें शेतकऱ्यांबरोबर ब्राह्मणांची एकी कशी होऊ शकेल ?

एकंदर सर्व भटब्राह्मण आपल्या देवळांतील दगड, धातूंच्या मूर्तींस शूद्र शेतकऱ्यांस स्पर्शसुद्धां करूं देत नसून, दुरून कां होईना, त्यांस आपल्या पंक्तिशेजारी बसवून जेवूं न घालतां त्यास न कळवितां, आपल्या पात्रांवरील उरलेले उष्टे तूप त्यांस घालून त्यांच्या पंक्ति उठवतात. यावरून शेतकऱ्यांबरोबर अशा ब्राह्मणांची एकी कशी होऊं शकेल ?

हजरत महमद पैगंबराच्या निस्पृह शिष्यमंडळीचें जेव्हां या देशांत पाऊल पडलें, तेव्हां ते आपल्या पवित्र एकेश्वरी धर्माच्या सामर्थ्यानें आर्यभटांच्या मतलबी धर्माचा फज्जा उडवूं लागले. यावरून कांहीं शूद्र मोठ्या उत्साहाने महमदी धर्माचा स्वीकार करू लागले, तेव्हां बाकी उरलेल्या अक्षरशून्य शूद्रांस नादीं लावण्याकरिता महाधूर्त मुकुंदराज भटांनी जर संस्कृतच्या उतारावर थोडी नास्तिक मताची कल्हई करून त्याचा 'विवेकसिंधु' नामक एक प्राकृत ग्रंथ करून त्यांच्यापुढें मांडला, व पुढे इंग्रज बहादराचा अम्मल होईपावेतों आर्यभटांनीं आपल्या भाकड महाभारत-रामायणांतील शेतकऱ्यांस गोष्टी सांगून, त्यांना उलटे मुसलमान लोकांबरोबर लढण्याचे नादीं लाविलें; परंतु अक्षरशून्य शेतकऱ्यांस मुसलमानांच्या संगतीनें आपल्या मुलांस विद्या शिकविण्याचें सुचूं दिलें नाही. यामुळे इंग्लिश अम्मल होतांच सहजच एकंदर सर्व सरकारी खात्यांनीं मोठमोठ्या महत्त्वाच्या जागा आर्यब्राह्मणांस मिळून ते सर्वतोपरी शेतकऱ्यांस लुबाडून[१] खाऊं लागले व आर्यभट, इंग्रज वगैरे एकंदर सर्व युरोपियन लोकांस महापवित्र मानलेले वेद, ज्याचीं शेपटेंसुद्धां शूद्र शेतकऱ्यांच्या दृष्टीस पडूं देत नाहींत, ते सोंवळे बुरख्यांतील वेद, हल्लीं त्यांच्यांतील मोठमोठाले जाडे विद्वान काखेंत मारून गोऱ्या म्लेंछ लोकांच्या दारोदार जाऊन त्यांस शिकवित फिरतात. परंतु हे भटब्राह्मण खेड्यापाड्यांनी सरकारी शाळांत शूद्र शेतकऱ्यांच्या अज्ञानी मुलांस साधारण विद्या शिकवितांना थोडी का आवडनिवड करतात ? यावरून शेतकऱ्यांबरोबर अशा ब्राह्मणांची एकी कशी होऊ शकेल ?

एकंदर सर्व धार्मिक मिशनरी वगैरे युरोपियन लोकांच्या योगानें परागंदा झालेल्या शेतकऱ्यांच्या मुलास मोठमोठाल्या शहरीं थोडीशी विद्या प्राप्त झाल्याबरोबर त्यांस गोऱ्या कामगारांच्या दयाळूपणामुळें चुकून आपल्या कचेऱ्यांत जागा दिल्या की, एकंदर सर्व कचेऱ्यांतील भटकामगार त्यांच्याविषयीं नाना प्रकारच्या नालस्ती गोऱ्या कामगारांकडे करून त्यांना अखेर कामावरून हांकून देववितात व कित्येक भटकामगार

आपल्या वरच्या सरकारी गोऱ्या कामागारांची मेहेरबानी होण्याकरिता, अज्ञानी शेतकऱ्यांचे पिकपाण्याविषयीं भलत्यासलत्या लंडचालबाड्या त्यांस सांगून शेतकऱ्यांची योग्य दाद लागण्याचे मार्गांत आडफांटे घालून त्यांस चळचळां कांपावयास लावितात. यावरून शेतकऱ्यांबरोबर अशा ब्राह्मणांची एकी कशी होऊ शकेल ?

आर्यब्राह्मणांपैकीं एकंदर सर्व वैदिक, शास्त्री, कथाडे, पुराणिक वगैरे भटभिक्षुक नाना प्रकारची संधानें लढवून अज्ञानी शूद्र शेतकऱ्यांपैकी भोसले, शिंदे, होळकर वगैरे राजेरजवाड्यांस पोंकळ धर्माच्या बहुरूपी हुलथापा देऊन त्यांस यजमान म्हणतां म्हणता त्यांजपासून शेकडो **ब्राह्मण-भोजनें, प्रतिदिवशीं गोप्रदानें व दानधर्म** उपटीत असून भटब्राह्मणांच्या जातींतील पंतप्रतिनिधी, सचिव, सांगलीकर वगैरे ब्राह्मणसंस्थानिक दुष्काळांतसुद्धां आपल्या यजमान शूद्र शेतकऱ्यांच्या मंडळास, साधीं कां होईनात, भोजनें देऊन त्यांचें वंदन करून आशिर्वाद घेत नाहीत. व त्यांच्यापैकीं बहुतेक विद्वान ब्राह्मण, गायकवाड वगैरे शूद्र संस्थानिकांकडून हल्ली हजारों रुपयांची वर्षासनें व नित्यश: खिचड्या उपटीत असल्याबद्दल उपकार मनीं स्मरून ब्राह्मण संस्थानिकांपैकी एकानेही एखाद्या शेतकऱ्याच्या मुलास अन्नवस्त्र पुरवून त्यास विद्वान करवलें नाही. यावरून शेतकऱ्याबरोबर आर्य ब्राह्मणांची एकी कशी होऊं शकेल ?

श्रीमंत भटब्राह्मणांचे घरीं, दररोज भिक्षा वाटतांना आवडनिवड करून ब्राह्मण भिकाऱ्यांस तांदूळ, व शूद्र मुसलमान वगैरे भिकाऱ्यांस चिमूटचिमूट जोंधळे दिले तर दिले, नाही तर, पुढे हो, म्हणून सांगतात. यावरून आर्य भटब्राह्मणांपेक्षां परदेशी टक्कर जज्जसाहेबांसारखे परधर्मी युरोपियन खासे म्लेंच्छ, लाख पटीने दयाळू का म्हणू नाही बरे ? कारण ज्यांनीं आपल्या स्वत:च्या कमाईतून ब्राह्मणांस, शूद्रांपैकीं कित्येक अनाथांचे मुलांस घालून त्यांस इंग्रजी शिकविल्यामुळे हे आतां गोऱ्या कामगारांच्या पायावर पाय देऊन त्यांच्याबरोबर सरकारी हुद्यावर दुरक्या फोडीत आहेत. अहो, याचेंच नांव समज ! याचेंच नाव दया ! याचेंच नाव उपकार ! आणि याचेंच नाव उन्नती ! नाहीं तर आर्य भट ब्राह्मणांची कामापुरती एकी आणि काम सरल्यावर तूं तिकडे आणि मी इकडे. कारण "ये गे कोयी तुझी डोयी भाजून खाई आणि माझी डोयी ब्याला ठेवी." या जगप्रसिद्ध म्हणीप्रमाणें भटब्राह्मणांचें अघळपघळ कल्याण होणार आहे. परंतु आर्य विद्वज्जनांस, जर खरोखर या देशांतील सर्व लोकांची एकी करून या देशाची उन्नती करणे आहे, तर प्रथम त्यांनीं आपल्या **विजयी व पराजितांमधील** चालत आलेल्या **दुष्ट धर्मास**[३] जलसमाधी देऊन, त्या जुलुमी धर्मनें नीच केलेल्या **शूद्रदि अतिशूद्र** लोकांसमक्ष उघड रीतीने, आपल्या वेदांत मतासह जातीभेदाचे उरावर थयथया नाचून कोणाशी भेदभाव न ठेवितां, त्यांच्याशीं कृत्रिमपणा करण्याचें सोडून निर्मळपणें वागू लागल्याशिवाय सर्वांची खरी

एकी होऊन या देशाची उन्नती होणे नाहीं. कदाचित् आर्यभटांनीं आपल्या वडिलोपार्जित धूर्तांईनें शुद्रांतील शेपन्नास अर्धकच्च्या विद्वानांस हाती धरून या देशांतील एकंदर सर्व लोकांत कामापुरती एकी करून देशाची क्षणिक उन्नति केल्यास, ती त्यांची उन्नति फार दिवस रहाणार नाहीं. जसे भट ब्राह्मणांनीं, जर शूद्रांतील पोटबाबू यस, फेस करूं लागणाऱ्या चोंबड्या साडेसातीस सामील करून हे हिरव्या बागेतील बंदछोड आंब्याच्या कैऱ्या तोडून आढी लवितील, तर पुढे मौल्यवान होणाऱ्या आंब्यासह वाळळ्या गवताचा नाश करतील आणि तेणेंकरून एकंदर सर्व वाकबगार शेतकऱ्यांस खाली माना घालाव्या लागतील, हे माझे भाकीत त्यांनीं आपल्या देवघरांत गोमुखींत घालून सांभाळून ठेवावें, असे माझे त्यांस निक्षून सांगणें आहे.

आतां मी गारशा थंड हवाशीर रमणीय सिमल्याला जाऊन काही विश्रांति घेऊन आपल्या परम दयाळू गव्हरनरसाहेबांसमक्ष आपल्या समुद्राचे पलीकडील सरकारच्या नावानें हाका मारून त्यांस शूद्र शेतकऱ्यांची सुधारणा करण्याविषयीं उपाय सुचवितो:-

आता आमच्या नीतिमान धार्मिक सरकारने केवळ द्रव्यलोभ एकीकडे ठेऊन शेतकऱ्यांचे आचरणावर डोळा ठेवण्याकरिता डिटेक्टिव्ह डाक्तरांच्या नेमणूका करून शेतकऱ्यांनीं आपल्या गैरशिस्त आचरणावरूनी प्रकृति बिघडवल्यास व चोऱ्या, छिनाल्या वगैरे नीच आचरण केल्यास त्यांस योग्य शिक्षा करण्याविषयीं चांगला बंदोबस्त केल्याविना ते नीतिमान होणे नाहीत. शूद्र शेतकऱ्यांनीं एकीपेक्षां जास्त बायका करूं नयेत व यांनीं आपल्या मुलीमुलांची लग्ने लहानपणी करूं नयेत म्हणून कायदा केल्याविना संतती बळकट होणें नाहीं. सरकारी गोऱ्या कामगारांस एकंदर सर्व प्रकरणांत गैरमाहिती असल्यामुळे, भटब्राह्मणांच्या संख्याप्रमाणापेक्षां कामगारांच्या जास्ती नेमणुका होऊं लागल्यामुळे, यांच्यावर शेतीत खपून गावांत चिखलमातीची कामें करून, यांच्या स्त्रियांवर भर बाजारांत हेलपाट्या करून पोटें भरण्याचा प्रसंग गुदरत नाहीं. शिवाय शेतकरी अज्ञानी असल्यामुळे भटब्राह्मणांस जातीभेदापासून अनंत फायदे होतात. यावरून ब्राह्मणांतील सरकारी कामगारासहित पुराणिक, कथाडे, शाळेंतील शिक्षक वगैरे ब्राह्मण, जातीभेद मोडूं नये म्हणून आपला सर्व धूर्तपणा खर्चीं घालून रात्रंदिवस खटपट करीत आहेत. यास्तव शूद्र शेतकऱ्यांचीं मुले सरकारी हुद्दे चालविण्यालायक होईतोपावेतो ब्राह्मणांस यांच्या जातीच्या संख्येच्या मानापेक्षा सरकारी हुद्याच्या जागा जास्ती देऊ नयेत व बाकी उरलेल्या सरकारी हुद्यांच्या जागा मुसलमान अथवा हिंदू ब्रिटन लोकांस देऊ लागल्याशिवाय ते (ब्राह्मण) शूद्र शेतकऱ्याचे विद्येचे आड येण्याचें सोडणार नाहींत. सरकारी खात्यांनीं त्यांचाच भरणा असल्यामुळें, परदेशी गोऱ्या कामगारांच्या नजरेस येण्याचे मार्ग बंद जाहले आहेत. यामुळे, ब्राह्मणांची जात मात्र विद्वान व श्रीमान, व शूद्र शेतकरी हे अन्न वस्त्रासही मोताद होऊन कधी कधी ब्राह्मणांचे अंकित होऊन

यांच्या बंडांत सामील होऊन आपल्या जिवास मुकतात. शिवाय भटब्राह्मणांनी आपल्या धर्माची शूद्र शेतकऱ्यांवर इतकी छाप बसविली आहे की, ब्राह्मणांच्या सांगण्यावरून यांनी केलेले खून अथवा गुन्हे इनसाफ होतेवेळी ते ब्राह्मणास पुढे न करता आपल्या माथ्यावर घेऊन त्याबद्दल शिक्षा भोगण्यामध्ये पुण्य मानितात. यामुळे पोलीस व न्यायखात्याचे श्रम वाया जातात. यास्तव शूद्र शेतकऱ्यांचे मुलांस विद्वान करण्याकरिता त्यांच्या जातींतील, स्वत: पाभारी, कोळपी व नांगर हाकून दाखविणारे शिक्षक तयार करून, त्यांच्या शाळेत शेतकऱ्यांनी आपली मुले पाठविण्याविषयी कायदा करून, प्रथम काही वर्षे त्यांच्या परीक्षा घेण्याकरिता हलक्या इयत्ता करून त्यास ब्राह्मणांच्या मुलांसारख्या पदव्या देण्याची लालूच दाखवून त्यांच्या मुली-मुलांचा लग्नात लग्नविधी करण्याविषयी परजातीने जुलूम करू नये, म्हणून बंदोबस्त केल्याशिवाय शूद्र शेतकऱ्यांत विद्या शिकण्याची गोडी उत्पन्न होणे नाही. व पुढे शूद्र गावकऱ्यांची मुले, जी मराठी सहावी इयत्तेसह नांगर, पाभर व कोळपी हाकण्याची परीक्षा देऊन सद्गुणी निवडतील, त्यास मात्र पाटिलक्या, द्याव्यात, म्हणून आमचे दयाळू सरकारने कायदा केल्याबरोबर हजारो शेतकरी पाटिलक्या मिळविण्याचे चुरशीने आपली मुले विद्वान करण्याकरता मोठ्या आनंदाने शाळेत पाठवितील व असे शिकलेले सद्गुणी पाटील गावोगाव असल्यापासून, एकंदर सर्व खेड्यापाड्यातील धूर्त भटकुळकण्यांस अज्ञानी शेतकऱ्यांस आपआपसात कज्जे करिता येणार नाहीत व तेणेकरून शेतकऱ्यांसह आमचे सरकारचे मोठमोठाले अनिवार फायदे होऊन थोड्याच काळात हल्लीपेक्षा शूद्र शेतकऱ्यांस जास्ती शेतसारा देण्याची ताकद येऊन निरर्थक येथील पोलीस व न्यायखाती फुगली आहेत, त्याचे मान सहज कमी करता येईल. याशिवाय आमचे सरकारने हिंदुस्थानात सरकारी कामे करण्यालायक मुळीच भटब्राह्मण नाहीत, असे आपल्या मनात समजून, जसजसे शूद्र शेतकरी सरकारी शाळेत विद्वान तयार होत जातील, तसतशा त्यास मामलेदार वगैरे सरकारी कचेऱ्यांत लहान मोठ्या जागा देऊन, त्यास ती कामे करावयास शिकविल्याशिवाय शेतकऱ्याचे पाय थारीं लागून सरकारचा वसूल वाढणेच नाही. हल्ली आमच्या सरकारने गुजर मारवाड्यांच्या देवघेवीच्या दगलबाज्यांवर डोळा ठेविला आहे, त्यापेक्षा त्यांच्या दुकानांतील कुजक्या जिनसा व खोट्या मापांसह दारूबाज पाटलावर चांगली नजर ठेविली पाहिजे.

असो. आता आपल्या सरकारास अक्षरशून्य अज्ञानी शूद्र शेतकऱ्यांचे निकस झालेल्या शेतांची सुधारणा करण्याविषयी उपाय सुचवितो ते-

आमच्या दयाळू सरकारने एकंदर सर्व शेतकऱ्यांस युरोपियन शेतकऱ्यांसारखे विद्याज्ञान देऊन, त्यास त्यासारखी यंत्रद्वारे शेती कामे करण्यापुरती समज येईपावेतो एकंदर सर्व गोऱ्या लोकांसह मुसलमान वगैरे लोकांनी हिंदुस्थानातील तूर्त गायाबैलांसह

त्याची वासरे कापून खाण्याचे ऐवजी, त्यांनी येथील शेळ्या बकरी मारून खावीत; अथवा परमुलखातील गायीबैल वगैरे खरेदी करून येथे आणून मारून खावे, म्हणून कायदा करून अमलांत आणल्याशिवाय, येथील शूद्र शेतकऱ्यांजवळ बैलांचा पुरवठा होऊन त्यांना आपल्या शेतांची मशागत भरपूर करता येणार नाही व त्याजवळ शेणखताचा पुरवठा होऊन त्यांचा व सरकारचा फायदा होणे नाही. एकंदर डोंगरपर्वतावरील गवताझाडाच्या पान फुलांचा, व मेलेल्या कीटक श्वापदांचे, मांसहाडांचे कुजलेले सत्त्व, वळवाच्या पावसाने धुपून पाण्याच्या पुराबरोबर वाहून ओढ्याखोड्यांत वाया जाऊ नये, म्हणून आमच्या उद्योगी सरकारने सोयीसोयीने काळ्यागोऱ्या लष्करासह पोलीसखात्यातील फालतू शिपायांकडून जागोजाग तालीवजा बंधारे अशा रितीने बांधावे की, वळवाचे पाणी शेतातून मुरून नंतर नदीनाल्यास मिळावे असे केल्याने शेते फार सुपीक होऊन सर्व लष्करी शिपायांस हवाशीर जाग्यात उद्योग करण्याची सवय लागल्याबरोबर त्यास रोगराईची बाधा न होता बळकट होतील. त्यांनी दररोज एक आणा किंमतीचे जरी इमानेइतबारे काम केले, तरी सालदरसाल पंचवीस लक्षांचे वर सरकारच्या स्थावरमत्तेत भर पडणार आहे. कारण हल्ली आमचे खबरदार सरकारजवळ पोलीस खात्यासह पलटणी शिपाई सुमारे दोन लक्ष आहेत. त्याचप्रमाणे आमच्या दयाळू सरकारने एकंदर सर्व डोंगरटेकड्यांमधील दऱ्याखोऱ्यांनी तलावतळी, जितकी होती तितकी सोयीसोयीने बांधून काढावीत. म्हणजे त्यांच्या खालच्या प्रदेशात ओढ्याखोड्यांनी भर उन्हाळ्यात पाणी असल्यामुळे जागोजाग लहानमोठी धरणे चालून सर्व विहिरींस पाण्याचा पुरवठा होऊन, त्यांजपासून सर्व ठिकाणी बागाईती होऊन शेतकऱ्यांसहित सरकारचा फायदा होणार आहे. शेते धुपून त्यामध्ये खोंगळ्या पडू नयेत, म्हणून सरकारने शेतकऱ्यांपासून पाणलोटाच्या बाजूने शेतांच्या बांधांनी वरचेवर ताली दुरुस्त ठेवाव्यात. आमचे दयाळू सरकारने आपल्या राज्यांतील सर्व शेतांच्या पहाण्या, पाणाड्यांकडून करवून ज्या ज्या ठिकाणी दोनग्या मोटांचे वर पाण्याचे झरे सापडतील, असा अदमास निघेल, सर्व जाग्यांच्या खुणा त्या त्या गांवच्या नकाशांनी नमूद करून केवळ सरकारच्या मदतीशिवाय पाण्याचा मार्ग दाखविण्याच्या पाणाड्यासह विहिरी खोदून, बांधून काढणाऱ्या शूद्र शेतकऱ्यांस लहानमोठी बक्षिसे सरकारांतून देण्याची वहिवाट घालावी व सर्व नदीनाले व तलावांतील साचलेला गाळ पूर्वीप्रमाणे शेतकऱ्यांस फुकट नेऊ द्यावा व ज्या ज्या गावची गावराने आमचे सरकारने आपल्या ''फॉरेस्टांत'' सामील केली असतील, ती सर्व त्या त्या गावास परत करून फक्त सरकारी हद्दीतील सरपण व शेतास राब खेरीज करून, विकण्याकरितां इमारती लाकडे मात्र तोडू न देण्याविषयी सक्त कायदा करून, जुलमी फॉरेस्टखात्याची होळी करावी. खुद्द आमचे खासे सरकारने परिश्रम करून आपल्या खजिन्यातून थोडेसे पैसे

खर्ची घालून, इतर देशातील नाना प्रकारच्या उत्तम उत्तम शेळ्यामेंढरांची बेणी खरेदी करून या देशात आणून त्यांची येथे अवलाद उत्पन्न केल्याबरोबर येथील एकंदर सर्व शेतांस त्यांच्या लेंड्यामुतापासून झालेल्या खतांचा महामूर पुरवठा होऊन शेते सुपीक होतील, व त्यांच्या लोंकरीपासून शूद्र शेतक-यास फायदा होईल. आमच्या सरकारी जंगलांतील रानटी जनावरांपासून शूद्र शेतक-यांच्या शेतांचा बचाव करण्यापुरत्या गावठी तोड्याच्या का होईनात, जुन्या डामीस बंदुका, शूद्र शेतक-यांजवळ ठेऊ देण्याची जर आमचे सरकारची छाती होत नाही, तर सरकारने ते काम आपल्या निर्मळ काळ्या पोलीस खात्याकडे सोपवून, त्या उपर शेतक-यांच्या शेताचे रानडुकरे वगैरे जनावरांनी खाऊन नुकसान केल्यास ते सर्व नुकसान पोलीसखात्याकडील वरिष्ठ अंमलदरांच्या पगारांतून कापून अथवा सरकारी खजिन्यातून शेतक-यांस भरून देण्याविषयी कायदा केल्याशिवाय, शेतक-यांस रात्री पोटभर झोपा मिळून त्यांस दिवसा आपल्या शेतीत भरपूर उद्योग करण्याची सवड होणे नाही. याचेच नाव ''मला हाईना आणि तुझे साहिना !'' आमचे दयाळू सरकारचे मनातून जर खरोखर अज्ञानी शूद्र शेतक-यांचे बरे करून आपले उत्पन्न वाढविणे आहे, तर त्यांनी सालदरसाल श्रावणमासी प्रदर्शने करून आश्विनमासी शेतपिकांच्या व औते हाकण्याच्या परीक्षा घेऊन उत्तम शेतक-यांस बक्षिसे देण्याची वहिवाट घालून; दर तीन वर्षांच्या अंदाजावरून उत्तम उत्तम शेतक-यांस पदव्या द्याव्यात व शेतक-यांच्या विद्वान मुलांनी आपली शेते उत्तम प्रकारची वजवून, थोड्याथोड्या लोहारी, सुतारी कामात परीक्षा दिल्यास, त्यास सरकारी खर्चाने विलायतेतील शेतकीच्या शाळा पाहण्याकरिता पाठवीत गेल्याने इकडील शेतकरी ताबडतोब आपल्या शेतकीची सुधारणा करून सुखी होतील. आमचे नीतिमान सरकारने जोगतिणी, आराधिणी, मुरळ्या, कोल्हाटिणी व कसबिणींवर बारीक नजर ठेऊन, त्यांच्याकरिता तालुकानिहाय लॉक इस्पितळें ठेवून, मुरळ्या कोल्हाटिणी, कसबिणी, तमासगीर, नाटकाकार, कथाडे वगैरे लोकांनी कुनीतिपर गाणी गाऊ नयेत, म्हणून त्यांजवर सक्त देखरेख ठेवून त्याजला वरचेवर शिक्षा केल्यावाचून अज्ञानी शूद्र शेतक-यांच्या नीतीसह शरीरप्रकृतीमध्ये पालट होणे नाही. एकंदर सर्व इलाख्यांतील लष्करी व पोलीसखात्यांनी शूद्रादि अतिशूद्र शेतक-यांचा मोठा भरणा असून ते ''इजिप्त''व ''काबुलांतील'' हिरवट लोकांबरोबर सामना करितांना गोच्या शिपायांच्या पायांवर पाय देऊन मोठ्या शौर्याने टक्करा देऊ लागतात. एकंदर सर्व शूद्रादि अतिशूद्र शेतकरी आपल्या मुलांमाणसांसह रात्रंदिवस ऊर पिकतों शेती कष्ट करून, सरकारास कर, पट्ट्या फंड वगैरे जकातीद्वारे सालदरसाल कोट्यावधी रुपयांचा भरणा करीत आहेत. तथापि शूद्र शेतक-यांच्या मुलांस शेतकीसंबंधी ग्रंथ अथवा नेटिव्ह वर्तमानपत्रांतील शेतकीसंबंधी सूचनासुद्धा वाचण्यापुरते ज्ञान आमच्या धर्मशील सरकारच्याने देववत नाही. व शेतक-यापैकी

लक्षाधीश कुटुंबास वेळच्या वेळी पोटभर भाकर व अंगभर वस्त्र मिळण्याची मारामार पडली असून, त्यांच्या सुखसंरक्षणाच्या निमित्याने मात्र आमचं न्यायाशील सरकार लष्करी, पोलीस, न्याय, जमाबंदी वगैरे खात्यांनी चाकरीस ठेविलेल्या कामगारांस मोठमोठाले जाडे पगार व पेनशनी देऊन अतोनात द्रव्य उधळते, याला म्हणावे तरी काय !!' कित्येक आमचे सरकारचे नाकाचे बाल, काळे गोरे सरकारी कामगारांनी, हजारो रुपये दरमहा पगार खाऊन तीसपस्तीस वर्षे सरकारी हुद्दे चालविले की, त्यास आमचे सरकार दरमहाचे दरमहा शेकडो रुपये पेनशनें देते. बहुतेक काळे वगैरे सरकारी कामगार, सरकारी कचेऱ्यांनी कामे करण्यापुरते अशक्त, आंधळे बनून खंगल्याची सोंगे आणून भल्या भल्या युरोपियन डाक्टर लोकांच्या डोळ्यात माती टाकून पेन्शनी उपटून, गोरे पेन्शनर विलायतेस पोबारा करीतात व काळे पेनशनरांपैकी कित्येक, जसे काय आताच येशू ख्रिस्त योगी महाराजांनी मेलेल्यामधून उठविल्यासारखे तरुण पट्टे बनून, मिशांवर कलपाची काळी जिल्हई देऊन म्युनिसिपल व व्यापाऱ्यांच्या कचेऱ्यांनी मोठमोठ्या पगारांच्या चाकऱ्या पत्करून हजारो रुपयांच्या कमाया करून आपल्या तुंबड्या भरीत आहेत. आमचे खबरदार सरकारने एकंदर सर्व सरकारी खात्यांतील काळे गोरे शिपायांसहित लष्करी डोलीवाले, बांधकामाकडील लोहार, सुतार, बिगारी वगैरे हलके पगारी चाकरांच्या पगारात काडीमात्र फेरफार न करिता बाकी सर्व मोठमोठ्या काळ्या व गोऱ्या कामगारांचे वाजवीपेक्षा जास्ती केलेले पगार व पेनशनी देण्याचे हळूहळू कमी करावे. सदरी लिहिलेल्या गोष्टीचा विचार केल्याविना आमचे सरकारचे राज्याचा पाया या देशात मुस्तकीम होऊन, अक्षरशून्य शेतकऱ्यांच्या कपाळच्या लंगोट्या जाऊन त्याचे हल्लीचे उपास काढण्याचे दिवस कधीच जाणे नाहीत.

सारांश एकंदर सर्व असूडाच्या प्रकरणात शूद्रांपैकी बडे बडे राजेरजवाडे व लहान-सहान अज्ञानी संस्थानिकांच्या व अतिशूद्रांच्या लाजिरवाण्या स्थितीविषयी बिलकूल वर्णन केले नाही. याचे कारण, पहिले आपल्या पोकळ वैभवामुळे व दुसरे आपल्या दुर्दैवामुळे शूद्र शेतकऱ्यांपासून ते दुरावले आहेत. याकरिता फक्त येथे मध्यम व कनिष्ठ प्रतीच्या शूद्र शेतकऱ्यांच्या दीनवाण्या स्थितीविषयी ठोकळ ठोकळ मुद्यांचे ओबडधोबड वर्णन करून येथील गव्हरनसाहेबांचे रहाते शहरांत व गव्हरनर जनरलसाहेबांचे अमलात, आमचे समुद्राचे पलीकडील खासे विलायती सरकारास कळविले आहे. याउपर आमचे सरकारांस ब्राह्मणांच्या मुलांनी शेवटचे पाणी पाजून मुक्त करावे, अशी जर त्यांची इच्छाच असेल, तर त्यांनी शूद्र शेतकऱ्यांची हाडे पिळून गोळा करीत आलेल्या रायलफंडातून सालदरसाल मोठमोठ्या रकमा खर्ची घालून ब्राह्मणांचे मुलास विद्वान करण्याची वहिवाट कायम ठेवावी.

त्याविरुद्ध[४] तूर्त माझे काही म्हणणे नाही. परंतु त्यांनी फक्त शेतकऱ्यांच्या मुलांस विद्या देण्याची थाप देऊन वसूल करीत आलेला **एकंदर सर्व लोकल फंड तेवढा तरी निदान** शेतकऱ्यांच्या मुलांस[५] मात्र इमानेइतबारे विद्या देण्याचे कामी खर्ची घालू लागल्यास मी इतके दिवस श्रम केल्याचे फळ मिळाले, असे समजून मोठा आनंद मानील. परंतु त्यांनी तसे जर नाही केले, तर ते देवाजीजवळ जबाबदार होतील.

आतां प्रथम मी लहान असताना, माझे आसपासचे शेजारी मुसलमान खेळगडी यांच्या संगतीने मतलबी हिंदुधर्माविषयी व त्यातील जातिभेद वगैरे कित्येक खोट्या मतांविषयी माझ्या मनात खरे विचार येऊ लागले, त्याबद्दल त्यांचे उपकार स्मरतो. नंतर पुण्यातील स्कॉच मिशनचे व सरकारी इन्स्टीट्यूशनचे – ज्यांच्या योगाने मला थोडेबहुत ज्ञान प्राप्त होऊन मनुष्यमात्राचे अधिकार कोणते हे समजले व ज्या ज्या युरोपियन धार्मिक गृहस्थांनी त्यास द्रव्यद्वारे मदत केली असेल, त्यांचे व तसेच ज्या इंगज सरकारच्या स्वतंत्र राज्यपद्धतीमुळे हे विचार मला निर्भयपणे बाहेर काढिता आले, त्या सरकारचे आभार मानून व या सर्वांच्या आपल्या पुत्रपौत्रांसह बढती होण्याविषयी त्यांच्या मनात प्रेरणा करील, अशा उमेदीने धीर धरून, तूर्त या माझ्या आसुडाचा फटका लागल्यामुळे पाठीमागे वळून कोण कोण पहातो, ते बघत स्वस्थ बसतो.

तारीख १८ बुधवार
माहे जुलई,
सन ई. १८८३
पुणे, पेठ जुनागंज.

जोतीराव गोविंदराव फुले
सत्यशोधक समाजाचे सभासद

---

१. Sir William Jones, Vol. II, page 224.
    It is, indeed, a system of despotism and priestcraft, both limited by law, but artfully conspiring to give mutual support, though with mutual checks; it is filled with strange conceits in metaphysicks and natural philosophy, with idle superstitions and with a scheme of theology most obscurely figurative and consequently liable to dangerous misconception; it abounds with minute and childish formalities with ceremonies generally absurd and often ridiculous.

२. A Sepoy Revolt, by Henry Mead, page 225

३. A Sepoy Revolt by Henry Mead, page 227

४. A Sepoy Revolt, by Henry Mead, pages 69 and 235.

५. Pages 301, 308, 313.

हा असूड लिहितेवेळी कित्येक गृहस्थांचे व माझे यासंबंधे बोलणे जाहले.
त्यापैकी नमुन्याकरिता पुढे दोन मासले दिले आहेत.

परिशिष्ट - १
खासा मराठा म्हणविणारा

असूडाचा दुसरा भाग संपवून दुसरे काम हातात घेतो आहे, इतक्यात एक ब्राह्मण, चक्रीदार पागोटे घातलेला गृहस्थ माझ्यापुढे लोडाशी टेकून बसल्यानंतर, तेथील प्रत्येक सामानसुमानाकडे न्याहाळून पहात आहे. तो इकडे माझे मनात आले की, हे गृहस्थ मारवाड्यांतील म्हणावे, तर त्यांच्या पागोट्याखाली तीन शेंड्या लोंबत नव्हत्या. शिंप्यातील म्हणावे, तर त्यांचे बाहुपुढे उराड निघाले नव्हते, व ब्राह्मणांतील म्हणावे, तर त्यांना दोनचार शब्द बोलतांना ऐकले नव्हते. यावरून ते कोणत्या वर्गापैकी असावेत, म्हणून मी अनुमान करीत आहे, तोच त्यांनी आपला मोहरा मजकडे फिरवून, आपणहूनच मला प्रश्न केला की, - "तुम्ही मला ओळखले नाही काय ?" मी म्हणालो, "नाही महाराज, मी तुम्हाला ओळखले नाही. माफ करा." गृहस्थ म्हणाला, "मी मराठी कुळांतील मराठी आहे." मी – "तुम्ही मराठे असाल परंतु तुमची जात कोणती ?" गृ. – "माझी जात मराठे." मी – "महाराष्ट्रात जेवढे म्हणून महारापासून तो ब्राह्मणापर्यंत लोक आहेत, त्या सर्वांसच मराठे म्हणतात. तरी तुम्ही अमुक जातीचे आहात याचा उलगडा होत नाही. मी कुणबी आहे असे समजा." मी – "बरें, तुम्ही काय उद्योग करीत असता ?" गृ. – "साताऱ्यांतील अप्पासाहेब महाराजांस निंबाजवळच्या भागुबाई तार्कशणीचा नाद लागण्याचे पूर्वी आमच्या घराण्याने त्याजपासून एकदोन लक्ष रुपये सहजात कमावून आणले होते. ते आम्ही हा काळपावेतो हरी हरी करून स्वस्थ खात बसलो आहो. तुमचे दयाराम आत्माराम एकीकडे आणि आम्ही एकीकडे." मी – "बरे तर, आपण आपली पायधूळ इकडे का झाडिली ?" गृ. – "मला काही तुम्हाजवळ मागणे नाही, परंतु मी असे ऐकतो की, आपली समज अशी झाली आहे की, सरकारी खात्यात ब्राह्मण कामगार असल्यामुळे ते शेतकऱ्यास फार नाडितात, व शेतकरी कामगार झाल्यास ते अशा लबाड्या करणार नाहीत" मी – "होय. माझिया मते एकंदर सर्व सरकारी खात्यात शेतकऱ्यांपैकी त्यांच्या संख्येच्या प्रमाणाने कामगार झाल्यास ते आपल्या जातबांधावांस इतर कामगारांसारखं

नाडणार नाहीत.'' गृ. –''ते कसे? –याविषयी माझी तर एकदा खात्री करा.'' मी– ''तुम्ही अशी कल्पना करा की, उद्या जर कलेक्टरसाहेबांनी फौजदारीचे कामावर तुमची नेमणूक केली व तुमचे भाऊबंद व शेजारीपाजारी जातवाल्या शेतकऱ्यांचे आपपसांत माराकुट्टे होऊन ते तंटे तुमचे पुढे आल्यास तुम्ही त्यांचा इनसाफ करताना त्यास अरेतुरे म्हणाल का ? गृ. ''नाही.'' मी - ''कां बरे ?'' गृ. – ''ते माझे भाऊबंद किंवा जातवाले असणार, व मी ज्यांच्यात लहानाचा मोठा झालो, त्यांना अरेतुरे म्हणण्याविषयी माझी जीभ तरी कशी लवेल ?'' मी– ''तुमच्याने आपल्या जातवाल्यांपैकी एकामागून लाच खाऊन त्याबद्दल दुसऱ्यास गुन्हेगार ठरवून त्यास दंड अथवा ठेपा मारवतील काय ?'' गृ. –''नाही, तसे कधीही मजपासून होणार नाही.'' मी - ''कां बरे ?'' गृ. – ''कारण फौजदारीची आहे जागा आज आणि उद्या नाही, त्याचा काय भरोसा ? एखाद्या चोंबड्या चाकराने कलेक्टरचे कान फुंकले की फौजदारीची जागा नाहीशी होणार. परंतु माझा ज्यांच्यांशी रोटीव्यवहार, माझा ज्यांच्याशी बेटीव्यवहार, त्यांच्याशी वाकडा होऊन माझ्या मुलाबाळांना सारे जन्म काढावयाचे आहेत. त्यांची माझी गुरे चारण्याचे गायरान एक. आम्ही आपल्या पडत्या काळी एकमेकांचे विळे, गोळ्ह्या, फासा, फाळ, दोल्यादोरखंडाचा व औतकाठ्यांचा उपयोग करितो. आम्ही आपल्या सोईकरिता एकमेकांचे हेले, बैल, वारंगुळ्याने देतो, घेतो. रात्रीबेरात्री आमच्या एकमेकांच्या कुटुंबांतील स्त्रिया एकमेकींस तेलमीठ, दाणादुणा उसनापासना देतात व घेतात. आम्ही एकमेकांच्या स्त्रियांचे प्रसूतकाळी त्यांच्या तान्हा बच्च्यासाठी न्हाण्या खांदून बाळंतिणीकरिता लगोलग बाजा आणून देतो. आमच्या त्यांच्या रीतिभाती व चालचलणुकी एक. आमचें त्यांचे खाणेपिणे व पोषक एक. आमचे त्यांचे देवदेवक एक. आमचे त्यांचे कुळस्वामी एक. आम्ही एकमेकांचे घरास लागलेल्या आगी विझवतो. आमची त्यांची मृते- क्रिया एक असल्यामुळे, आम्ही एकमेकांचे मूठमातीस मदत करू, एकमेकांच्या मुलाबाळांचे शांतवन करण्यकरिता आपआपल्या घरच्या भाकरी व कोरड्यास घेऊन, त्यांचे घरी जाऊन त्यास आपले ताटात बरोबर घेऊन कडू घास खातो, आणि अशा माझ्या जातबांधवांपासून लाच खाल्यामुळे यांच्या माझ्या कुळात हाडवैर करून घेऊ काय ?'' मी - ''यावरून तुम्हींच नीट विचार करून पहा की, ब्राह्मण कामगार अज्ञानी शेतकऱ्यांस आपल्या जातीपेक्षा जास्त नाडीत असतील, असे तुमची मनोदेवता तुम्हांस सांगत नाही काय ?'' गृ. – 'आता याविषयी माझ्याने काही बोलवत नाही, परंतु हल्ली शेतकऱ्यापैकी काही विद्वान निपजले आहेत. ते तर शेतकऱ्यांवरील संकटे निवारण्याविषयी एखादे ठिकाणी जमून नुस्ती प्रसिद्धपणे चर्चासुद्धा करीत नाहीत. अहो, हे भेकड घरोघर –बाईचे नादांत असता हे ब्राह्मण कामगारांच्या नावाने कडाकडा बोटे मोडतात. परंतु बाह्यात्कारी ब्राह्मण कामगारांचे चोंबडे चाकर बनून चोहोंकडे लुबरेपणा करीत फिरतात.'' मी– ''अहो, जेथे

विद्याखात्यातील कामगार एज्युकेशन कमिशनापुढे एकजुटीने साक्षी देताना शेतकऱ्यांचे शिक्षणाविषयी फारशी वाटाघाट न करिता कमिशनच्या डोळ्यात धूळ टाकून, आमचे दयाळू गव्हरनर जनरलसाहेबांस फसवू पहातात, तेथे या नेभळ्या शूद्र विद्वानांचा काय पाड ? त्यांनी ब्राह्मण कामगारांच्या चुक्या काढणे तर एकीकडेसच परंतु साधारण एजन्टीकडील क्षुल्लक ब्राह्मण कारकुनास एखाद्याने लवून मुजरा केला नाही की, वार्षिक दरबारात त्याला भलत्या एखाद्या कोपऱ्यात धक्काधक्कीची जागा मिळून, अखेरीस त्याच्या गळ्यांत बाशा सुकलेल्या हरदासी फुलांच्या माळा पडून, गुलाबदाणींतील जलासहित त्यांच्या मनगटावर कुजक्या तेलाचे माखण मिळून, चुन्याविणा एकदोन पानपट्ट्या हातावर पडतात. का, मी बोललो ते खरे आहे किंवा कसे ! आता का उत्तर देत नाही ? असो, तुमची मर्जी. यापुढे तरी बारीक चौकशी करून पुन्हा इथे मजबरोबर एकंदर सर्व ब्राह्मण कामगारांविषयी वाद-विवाद करण्याकरीता या बरे.'' गृ. – ''आतां मात्र माझी पक्की खात्री झाली की, एकंदर सर्व सरकारी खात्यात भटब्राह्मण कामगारांचा भरणा झाल्यामुळे अज्ञानी शेतकऱ्यांचे व त्याबरोबर या शहाण्या सरकारचेपण अतोनात नुकसान होत आहे. हे या सरकारी खात्याकडील 'डायरेक्टर' साहेबांस कसे कळत नाही ?'' मी– ''अहो बाबा, 'डायरेक्टर' साहेबांनी जर इतकी बारीक चौकशी करीत फिरावे, तर त्यांच्या राज्यात इतका अंधेर तर पेशवाईत अक्षरशून्य शेतकऱ्यांवर काय काय जुलूम झाले असतील, त्याची कल्पनासुद्धा करवत नाही. आता येतो, लोभ असो द्यावा.'' इतके बोलणे आटोपल्यावर सदरहू गृहस्थ निघून गेला.

<table>
<tr><td>तारीख २ नोव्हेंबर</td><td>जो. गो फु</td></tr>
<tr><td>सन १८८२ इ. पुणे.</td><td>स. शो. स. स.</td></tr>
</table>

☆

---

१. पूर्वी शेतकऱ्यांची पुरती क्रिया असून ते या तीसचाळीस वर्षांचे अलिकडे क्रिया ब्राह्मणांचे देखरेखीने करू लागले.

कबीरपंथी शूद्र साधू

असूडचा तिसरा भाग लिहून तयार केल्यानंतर दुसरे दिवशी तिसऱ्या प्रहरी अंगावर भगवी वस्त्रे, गळ्यांत तुळशीची माळ घातलेला मुंबईतील एक शूद्र जातीचा कबीरपंथी वाचाळ, पंढरपुरी खेटल्या घालणारा साधू, माझे घरांचे अंगणात येऊन बाकावर बसला. हे माझ्या घराचे मनुष्याने मला घरात येऊन कळविल्याबरोबर मी बाहेर येऊन त्यांस विचारले की, ''का बुवासाहेब, आपण इकडे का येणे केले आणि आपली काय मर्जी आहे ? तें सर्व कळल्यास मला फार संतोष होणार आहे.'' बु. - ''तुम्हांसच जोतीराव फुले म्हणतात काय ?'' मी- ''हो, याच देहाला जोतीराव फुले म्हणतात.'' बु.- ''बरे तर आपण हिंदु असून काही इंग्रजी अभ्यास केल्यावरून आताशे हिंदुधर्माचा धि:कार करू लागलात, यास्तव हिंदु धर्माचे मुख्य चार वेद ईश्वरी कृत्यें आहेत किंवा कसे, याविषयी माझ्या मनाची खात्री करून घ्यावी– या इराद्याने येथे मी आलो आहे.'' मी-''हिंदु धर्मातील चार वेद आपण आपल्या प्रत्यक्ष डोळ्यांनी कोठे पाहिले आहेत काय ?'' बु.- 'होय, ते चार वेद एक ब्राह्मणाचे घरी मी आपल्या डोळ्यांनी प्रत्यक्ष पाहिले आहेत.'' मी- ''ते ग्रंथ ईश्वराने स्वत: लिहिले याविषयी तुम्ही काही खात्रीलायक प्रमाण देऊ शकाल काय ?'' बुवा- ''ते ग्रंथ ईश्वराने स्वत: लिहिले याविषयी ब्राह्मणांच्या गप्पाष्टकांशिवाय दुसरे खात्रीलायक प्रमाण नाही.'' मी- ''असो, प्रथम ईश्वराला आकार आहे किंवा कसे ?'' बुवा- ''ईश्वराला आकार कोठून असणार ? तो निराकार परमात्मा आहे.'' मी- ''तर निराकार परमत्त्याने चार वेद कसे तयार केले ?'' बु.- ''त्याविषयीं ब्राह्मण लोक तुम्हास उत्तर देतील. हे त्यांचे त्यांसच विचारा, म्हणजे बरे होईल.'' मी- ''दुसरे असे की, ईश्वराने सर्व मानवी प्राण्यांचा उद्धार करण्यासाठी चार वेद तयार केले किंवा कसें ?'' बु. - ''होय. ईश्वराने एकंदर सर्व मानवी प्राण्यांचा उद्धार करण्यासाठी चार वेद तयार केले आहेत.'' मी.- ''तिसरें असें की, ईश्वराने कोणत्या भाषेत चार वेद

कसे तयार केले ?'' बु. - ''ईश्वराने चार वेद संस्कृत भाषेत तयार केले.'' मी - ''चवथे असे की, हल्ली या भूगोलावरील चार खंडासह एकंदर सर्व बेटांतील लोकांस संस्कृत भाषा येते काय ?'' बु. - ''सांप्रत या भूमंडळावरील फारच थोड्या चौकस प्रदेशांतील लोकांस संस्कृत भाषेतील अर्थ समजतो.'' मी - ''यावरून एकंदर सर्व मानवी प्राण्यांच्या उद्धाराकरिता ईश्वराने चार वेद तयार केले, असे सिद्ध होत नाही. कारण या भूमंडळावर शेकडो तऱ्हेच्या भाषा बोलणारे लोक आहेत. त्यातून बहुतेक देशांतील लोकांस संस्कृत भाषा तर मुळीच येत नाही. त्यांनी चार वेदांपासून आपला उद्धार करून घ्यावा याविषयी तुमचे काय म्हणणे आहे ?'' बु. - ''ज्या वेळी ईश्वराने चार वेद तयार केले, त्यावेळी एकंदर सर्व खंडांसह बेटातील लोक संस्कृत भाषा बोलत असतील. यावरून ईश्वराने चार वेद संस्कृत भाषेत तयार केले असावेत. परंतु पुढे काही काळाने अशा नाना प्रकारच्या भिन्नभिन्न भाषा पुढे निर्माण झाल्या असाव्यात, असे अनुमान होते.'' मी - ''अशा (निरनिराळ्या) भाषा पुढे निर्माण होतील, हे ईश्वरास वेद तयार करतेवेळी पूर्वी कळले नाही ? यावरून त्याचे त्रिकाळ ज्ञानास व सर्वसाक्षीपणास बाध येतो की नाही ? शिवाय **''जरमन, स्काच, इंग्लीश''** वगैरे लोकांतील **''मॅक्सम्युलर''** सारख्या विद्वानास चार वेदांचे चांगले परिज्ञान झाले असून त्यांनी आपल्या खिस्ती धर्माचा धि:कार॰ करून वेदधर्माचा स्वीकार का केला नाही, याचे मोठे आश्चर्य वाटते.'' बु. - ''म्याक्सम्युलरसाहेबास कदाचित् ब्राह्मणासारखा गळ्यात पांढरा दोर घालून **युरोपातील** थंड देशांत त्रिकाळ स्नानसंध्या करीत बसण्याचे भय वाटल्यामुळे त्यांनी तसे केले असेल, असे वाटते. यास्तव त्यांतील खरे व्यंगित त्यांचे मनाला ठावे. मी त्याविषयी काय सांगू ?' मी - ''जर ईश्वराने सर्व मानवी प्राण्यांचा उद्धार करण्यासाठी चार वेद तयार केले होते, तर भटब्राह्मणांनी हिंदूपैकी शूद्रादि अतिशूद्रांस चार वेदांचे अध्ययन करण्याची मनाई केली नसती. यावरून त्यांनी ईश्वराचे आज्ञेचा भंग केल्यामुळे वेदकर्ता उगीच कसा एकीकडे लपून बसला व त्यापासून शूद्रादि अतिशूद्र लोकांचे थोडे का नुकसान होत आहे ? यास्तव त्यांनी वेदकर्त्या ईश्वरासहित चार वेदांवर भरोसा ठेवून आपल्यास हिंदू तरी कशाकरिता म्हणवून घ्यावे ?'' बु. - ''शुद्रादि अतिशूद्र लोकांस चार वेद अध्ययन करण्याविषयी भटब्राह्मणांनी कधीच मनाई केली नाही. कित्येक भटब्राह्मण लोक पोटासाठी **पाद्रीसाहेबांच्या** घरोघर जाऊन त्यांस वेद शिकवितात आणि ते तुमचे शूद्रादि अतिशूद्र लोक दरिद्री असल्यामुळे त्यांना वेद अध्ययन करण्याची ऐपत मुळीच नाही. त्यास ब्राह्मणांनी करावे तरी काय ? असे बहुतेक ब्राह्मणांचे म्हणणे आहे.'' मी- ''यावरून असे दिसते की, ब्राह्मणांचे कपट आपल्यास काहीच माहीत नाही. बरे असो, तसे का होईना, धर्माच्या नावावर निर्वाह करणारे पाद्री लोक वेद शिकण्याकरिता पैसे खर्च

करण्याइतके श्रीमंत आहेत काय ? आणि शूद्रांपैकी भोसले, शिंदे होळकर, गायकवाड वगैरे राजेरजवाडे हे वेद शिकण्यापुरते भटब्राह्मणांस पैसे देण्याकरिता दरिद्री आहेत काय ? त्यांतून एकासही आपल्या मुलास चार वेद अध्ययन करण्यापुरते सामर्थ्य नाही ? ते सर्वच का युरोपियन पाद्रीसाहेबापेक्षा कंगाल आहेत, असे तुम्हास वाटते काय ? बुवासाहेब ! अहो, या सर्व शूद्र राजेरजवाड्यांच्या दरबारात वैदिक, शास्त्री, जोशी व कथाडे निरंतराच्या उपदेशा वरून त्या अज्ञान्यांची त्यावर इतकी भक्ति जडते की, कोणी राजा रामदासाचे घराण्यास जहागीर करून देतो. कोणी एकंदर हिंदुस्थानातील क्षेत्रप्रवासी भटब्राह्मणांस सतत एक महिनाभर बुंदीची भोजने देतो. कोणी पुण्यातील ब्राह्मणांस सोन्याच्या पुतळ्या वाटतो. यावरून सर्वच शूद्र दरिद्री आहेत, असे सिद्ध होत नाही. त्यातून एकातरी भटब्राह्मणाने आपली भीड खर्ची घालून सदरच्या राजेरजवाड्यातून एका यजमानापासून तरी, त्याच्या राज्यांतील शूद्र शेतकरी बांधवाचे मुलांकरिता गावोगाव शाळा घालवून त्यामध्ये एकदोन विद्वान करावयाचे होते ! अहो, यांच्यापेक्षा परदेशस्थ असून अन्यधर्मी भिक्षुक पाद्री हजार वाटेने बरे म्हटले पाहिजेत की नाही ? कारण शूद्रादि अतिशूद्र लोक आज हजारो वर्षापासून ह्या ब्राह्मण लोकांच्या पाशांत राहून दिवस काढीत आहेत. त्यांना त्यातून मुक्त करण्यास्तव त्यांनी आपल्या मुलखात ख्रिस्ती लोकांपाशी भिक्षा मागून त्या पैशाने येथे शिंदे, होळकर, गायकवाड वगैरे शुद्र राजेरजवाड्यांचे जातबांधवांस सरकारी शाळेतील ब्राह्मण विद्यार्थ्यांचे तोलाचे विद्वान केल्यामुळे ते ब्राह्मण कामगारांचे बरोबर मोठ्या शेखीने वकिलीची व सरकारी हुद्यांची कामे करीत आहेत. ह्यावरून त्यांना आता मूळची आपली स्थिती कशी होती, आणि हल्ली आपली स्थिती कशी होत चालली आहे, हे कळत नसेल काय ? परंतु शूद्र लोक किती हतभागी व किती असमंजस समजले पाहिजेत की, त्यांना या कामी एवढे मोठे इंग्रज सरकारचे सहाय्य मिळूनही, ह्या पाशांतून मुक्त होण्याची इच्छा न होता, हल्ली मिळालेले पोकळ वैभव कदाचित हातचे जाईल, या भीतिस्तव ब्राह्मण कामगारांचे पुढे हांजी हांजी करून एवढ्यांतच कृतार्थ मानून आपआपल्या डौलात गुंग झाले आहेत.'' बु. - ''असे जर आहे, तर आपण आपल्या शूद्र राजेरजवाड्यांकडे जाऊन त्यांनी आपल्या शूद्र बांधवांचे मुलांकरिता गावोगाव शाळा घालून त्यास विद्या द्यावी, म्हणून त्यांची प्रार्थना का करीत नाही ?'' मी- ''अहो महाराज, त्यांच्या दरबारात ब्राह्मण कारभाऱ्यांचे इतके प्राबल्य वाढले असते की, तेथे माझी गरिबाची दाद ते कशी लागू देतील ?'' बु. - ''असे कसे म्हणता ? अहो, जेथे तुमच्या पुण्यातील नाच्या पोरांच्या मागे तुणतुण्यावर झील धरून गाणे गाणाऱ्या कुशा घोंगड्याने बडोद्यातून हजारो रुपये कमावून आणिले; आणि तशा ठिकाणी फक्त त्यास त्यांच्या जातबांधवांच्या बच्याच्या दोन गोष्टी सांगण्यापुरती त्याजपाशी तुमची दाद लागणार नाही, म्हणून

म्हणता हे कसे ? मी-''राजेसाहेब तमासगिरांचे छंदास लागावेत हा कारभाऱ्यांचा मूळ हेतू असतो. त्याप्रमाणे ते त्याचे नादी लागले म्हणजे यास त्यांच्या राज्यकारभारात हात घालून आपला फायदा करून घेता येतो. त्याचप्रमाणे परभारे राजेसाहेबांकडून ''युरोपियन'' कामगारांस मोठमोठ्या मेजवान्या देववितात. व आमच्यासारख्यांच्या सल्ल्यावरून कारभारी लोकांचे नुकसान आहे, कारण, राजेसाहेबांनी शूद्र शेतकऱ्यांचे मुलांस विद्वान केल्यामुळे ते पुढे मोठमोठ्या हुद्यांची कामे करू लागल्यास कारभाऱ्यांच्या ब्राह्मण जातबांधवाचे मुलांस नांगर हाकून कपाळी शेतीचा धंदा व चिखलमातीची कामे करण्याचे येईल का नाही बरे ? बु. 'असा डावपेच ब्राह्मण लोकात नसेल असे मला आजपर्यंत वाटत होते. परंतु आज माझी खात्री झाली, यावरूनच बावा ! हे धूर्त ब्राह्मण कारभारी शूद्र राजेरावाड्यांची मुले वयात आल्याबरोबर त्यास राज्यकारभार चालविण्याचे ज्ञान नाही, म्हणून तूर्त राज्यकारभर देऊ नये, असे इंग्लिश सरकारास लिहिण्यास कमी करीत नाहीत, कारण तसे केल्यापासून आपली सरकारास हुषारी आणि राजपुत्रांची गाफली समजून आपण तेथील कारभारी होताच, दिवसा तेथील राजपुत्रांच्या गळ्याला माकडाप्रमाणे दोरी लावून, साहेब लोकांचे बंगलोबंगली त्यांची धिंड मिरवून, रात्री त्यांना नाचतमाशांचे नादी लावून आपण त्यांच्या दौलतीची वाताहत करीत नसतील कशावरून ?'' मी - ''जो काळपावेतो आमचे शूद्र राजेरजवाडे शुद्धीवर येऊन आपआपल्या मुलाबाळांसह आपल्या पदरच्या शूद्र मानकऱ्यांस विद्वान करणार नाहीत, तो काळपावेतों ब्राह्मण कारभारी असे करण्याचे सोडणार नाहीत. यास्तव तशा गोष्टींचा येथे उच्चार करून काही फायदा होणे नाही. शूद्र आपल्या कर्मप्रमाणे फळे भोगीत आहेत व त्याचप्रमाणे ब्राह्मण कारभारी आपआपल्या केलेल्या कर्माची कधी ना कधी तरी फळे भोगतील'' बु. - ''बरें तर, आता मी येतो.'' मी- ''आपली मर्जी, या राम राम.''

पुणे तारीख ६ एप्रिल
सन १८८३ ईसवी.

जो. गो. फु.
स. शो. स. स.

☆

---

१. पंडिता रमाबाईंनी आर्यधर्माच्या नाकाला चुना लावल्यामुळे धूर्तातील एक अनामिक भागूबाई विद्वान तोंडात बोट घालून '' बाग xx वी xx'' म्हणून आपला गुजारा करीत आहे.

शब्दांचे अर्थ

या विभागामध्ये प्रत्येक प्रकरणातील प्रतिपाद्य विषय थोडक्यात सांगून शब्दांचे अर्थ दिले आहेत. शब्दांचे अर्थ देताना प्रकरणामध्ये शब्द ज्या क्रमाने आले आहेत, त्या क्रमाने येथे नोंदविले आहेत. अकारविल्हे नोंदविलेले नाहीत.

हेच धोरण संदर्भ टीपाच्या संदर्भातही अवलंबिले आहे.

प्रकरण १

'शेतकऱ्याचा असूड' हा म. जोतिबा फुले यांचा अतिशय महत्त्वाचा ग्रंथ. त्यातून त्यांनीच भारतीय शेतकऱ्याचा असंतोष आणि आक्रोश प्रथमत: प्रकट केला आहे. इतक्या प्रभावी भाषेत शेतकऱ्यांची दु:स्थिती यापूर्वी कुणी प्रकट केलेली नव्हती आणि त्यानंतरही कुणी केलेली आहे असे दिसत नाही

या छोटेखानी ग्रंथातील पाच प्रकरणातून शेतकऱ्यांच्या दु:स्थितीचे, त्याच्या केविलवाण्या जगण्याचे अस्सल चित्रण जसे झाले आहे, त्याप्रमाणेच त्याच्या जीवनात सौख्य कसे आणता येईल याचे मार्गही सुचविण्यात आलेले आहेत. ग्रंथाच्या प्रारंभी त्यांनी लिहिलेले छोटेखानी प्रास्ताविक - उपोद्घात या दृष्टीने अतिशय महत्त्वाचे आहे. शेतकऱ्यांच्या दु:स्थितीचे, अवनतीचे प्रमुख कारण त्याला विद्या मिळत नाही, हेच असल्याचे ते मोठ्या सूत्रमय भाषेत प्रारंभीच सांगतात. तसेच शेतीशी संबंधित असणाऱ्या वेगवेगळ्या जाती मुळात एकच आहेत, असेही ते सांगतात

म. फुले यांच्या लेखनाचा एक विशेष म्हणजे आपण जे लिहितो, त्याबद्दल ते वाचकांचा, जाणकारांचा प्रतिसादही घेतात. हा प्रतिसाद ते नोंदवून ठेवतात. या दृष्टीने या ग्रंथाच्या शेवटची दोन परिशिष्टे जशी महत्त्वाची आहेत, त्याप्रमाणेच आपण बडोदा नरेश श्रीमंत सयाजीराव महाराज गायकवाड यांना हा ग्रंथ वाचून दाखविला आहे याचीही आवर्जून नोंद करतात

महाराज सयाजीराव गायकवाड यांचा त्यांच्या समकालीन समाजसुधारकांशी घनिष्ट संबंध होता, तसेच जनकल्याणाची दृष्टी ठेवून स्वत: नव्या नव्या योजना आखणारे ते एक महत्त्वाचे व्यक्तिमत्त्व होते हे सर्वश्रुत आहे.

पहिल्या प्रकरणामध्ये धर्माच्या निमित्ताने पुरोहित वर्ग शूद्र शेतकऱ्यांचे किती प्रकारे शोषण करतो ते साद्यंत सांगितले आहे.

दुरूपदेश	-	वाईट उपदेश.
मासल्याचा पडोसा	-	तुलना करण्यासाठीचे उदाहरण.
लिगाड	-	लचांड.
मिषाने	-	निमित्ताने.
धांदल उडविणे	-	घाईगोंधळ करणे.
संधान	-	संबंध.
फसक्या	-	धार्मिक विधीच्या निमित्ताने पुरोहितांकडून घेतले जाणारे धान्य अथवा पीठ.
चबिन्या	-	चावून खाण्याचे पदार्थ.
कलगीतुरा	-	तमाशात असणारे दोन पक्ष. दोन विचारधारा.
कणोसरीस	-	कमरेस.
काडवासुड्या	-	काटक्याकुटक्या.
हेकड	-	हेकट, हट्टी.
गोंडचाळे	-	खुशामतखोरी.
वर्गावर्गी न करणे	-	भेदाभेद न करणे, वर्गवारी न करणे.
वायबार	-	फुसका बार. येथे तपकिरीची चिमूट.
मलमा	-	बांधकामासाठी तयार करण्यात आलेला चिखल.
अल्लटप्पू	-	मनमानेल तसे.
गुळवणी	-	गूळ व पाणी उकळून केला जाणारा गोरगरिबांचा पदार्थ.
शेतखाने	-	बर्हिदिशेसाठी केलेली सोय.
शिवराई	-	तत्कालीन चलन.
कसबिण	-	नर्तकी.
रांडमुंड	-	विधवा निराश्रित.
क्षौर	-	मुंडन.
व्यतिपात	-	अमावस्येसारखा एक मुहूर्त. त्या वेळी दान केले जाते.
कुकूचकू करणे	-	व्यभिचार.

बुचाडून — लुबाडून
बेवकूफ — मूर्ख.
लोणकढ्या थापा — पचतील अशा थापा.
मावंदे — यात्रेवरून परत आल्यानंतरचे गावभोजन.
सोवळेचाव — सोवळे ओवळ्याचे नखरे.
काडेमहाल — वेश्यावस्ती (कदाचित येथे चिकाचे पडदे असतील.)
धुडके — घुटके.
भागवतबखर — म. फुले यांच्या दृष्टीने सर्व पुराण वाङ्मय या खोट्यानाट्या, रचलेल्या गोष्टी होत. त्यामुळे ते भागवत या ग्रंथास ते बखर म्हणतात.
सट्टल ठरवणे — देवघेव.
वरू — कणी.
रकट्यालंगोट्या — कनिष्ठ प्रतीच्या जाड्याभरड्या कपड्यापासून तयार केलेल्या लंगोट्या.
रमणा — रमण्याची जागा. परंतु पेशवाईत मात्र त्यास विशिष्ट अर्थ प्राप्त झालेला होता. जेथे पेशवे ब्राह्मणांना दक्षिणा देत ते पर्वती जवळील ठिकाण.
ओगराळे — पंगतीमध्ये वरण वाढण्याचे दांडी असलेले भांडे
हिमायती — युक्ती करणारे.
निरशन — एकादशी.
छक्केपंजे — खोटेनाटे.
गंगेत घोडे न्हाणे — मनासारखे होणे.

☆☆

प्रकरण २

पहिल्या प्रकरणामध्ये धर्माच्या निमित्ताने गोरगरीब शेतकऱ्यांचे शोषण पुरोहित वर्गाकडून कसे होते, याचे म. फुले यांनी सविस्तर चित्रण केले आहे.

पेशवाई संपल्यानंतर आलेल्या इंग्रज राजवटीमध्ये सरकारी नोकऱ्यांमध्ये प्रामुख्याने ब्राह्मण वर्गाचाच भरणा होता. ते स्वाभाविकही होते. कारण विद्याध्ययन करण्याची परंपरा ब्राम्हणांमध्येच पूर्वापार अशी होती. त्यामुळे नवे इंग्रजी शिक्षण आल्याबरोबर ब्राह्मण वर्ग शिक्षणामध्ये शिरला. त्यामुळे सरकारी नोकऱ्यांमध्येही त्याला संधी मिळाली. शेतीशी संबंधित असणाऱ्या सर्व खात्यांमध्ये पुरोहित वर्गातील नोकरदारांचा

भरणा झाला. म्हणजे महसूल खाते, न्याय खाते इत्यादि.

शिकून नोकरीमध्ये शिरलेल्या या वर्गाला शेतकरी वर्गासंबंधी मुळीसुद्धा आस्था अगर प्रेम नव्हते. उलट त्यांना जेवढा त्रास देता येईल, त्यांचे शोषण करता येईल तेवढे ते करीत असत. गोऱ्या अधिकाऱ्यांना खोटेनाटे सांगणे, कागदपत्रांमधील मजकूर बदलणे इ. बाबी या कारकून मंडळीकडून होत असत. पर्यायाने शेतकऱ्याच्या दुःखाला सीमा उरत नसे. सार्वजनिक जीवनात नाडलेल्या शेतकऱ्यांचे जीवन म. फुले यांनी या प्रकरणातून अतिशय पोटतिडिकेने आणि सोदाहरण असेच मांडले आहे.

आज इतकी परिस्थिती बदलूनही सरकारी नोकरांच्या मनोवृत्तीत बदल झाला का हा चिंतेचा प्रश्न आहे.

मोतद्दार	-	घोडा बाळगणारा प्रतिष्ठित शिपाई, सरदार.
पाभर	-	शेतात पेरणीचे औत, तिफण.
भिस्त	-	भरवसा.
पद्‌मसाळी	-	विणकर.
बडिवार	-	मोठेपणा.
पैमाष	-	जमीन मोजणी व नोंदणी.
आमेन	-	तथास्तु (बहुतेक करून प्रार्थनेच्या शेवटी म्हटला जाणारा शब्द).
सामाने	-	'समन्स'चे तत्कालीन मराठी रूप.
मसलत	-	सल्ला.
अस्मानी सुलतानी	-	शेतकऱ्यावरील निसर्गाचा व राजाचा कोप.
कज्जा	-	खटला.
मुठी गार होणे	-	लाच मिळणे.
मारू	-	महत्त्वाचे, सुंदर, छान.
चिरिमिरी	-	थोडी बहुत रक्कम अगर इतर काहीतरी.
भुतावळ	-	दुष्ट अगर धाक बसविणाऱ्या कृत्यांमधील सहकारी.
टिकोरी	-	काठी-लाठी.
पिठा	-	गुत्ता.
भिडा घालणे	-	भीड पाडणे.
ठेपा	-	कैद.
रेवडी करून सोडणे	-	फजिती करून सोडणे.
पट्टाधूळ	-	फजिती.

चोंबडक्या	-	चोंबडेपणा.
निमरॉड	-	नेमबाज शिकारी.
रेड इंडियन्स	-	अमेरिकेचे मूळ रहिवासी.

☆☆

प्रकरण ३

या प्रकरणामध्ये सर्वसाधारण मानवजातीचा आणि मुख्यत्वे भारतातल्या घडामोडींचा इतिहास सांगून त्या इतिहासाचा काहीएक अन्वयार्थ लावण्याचा प्रयत्न म. फुले यांनी केला आहे. मानव जातीच्या प्रारंभी माणूस सर्वार्थाने मुक्त आणि सुखी होता. परंतु पुढे मात्र लोकसंख्या वाढल्यामुळे छोट्याछोट्या वस्त्या झाल्या असा तर्क ते करतात. तसेच धाडसी लोकांच्या आक्रमणकारी प्रवृत्तीमधून राज्यसंस्थेचा उदय झाला हा त्यांचा तर्कही निश्चितच चिंतनीय आहे. प्रारंभी माणसामाणसांमध्ये उच्च, नीच, श्रेष्ठ-कनिष्ठ असे भेद नव्हते, परंतु पुढे स्वार्थ जसजसा वाढत गेला तसतसे हे भेद वाढत गेले असे त्यांनी म्हटले आहे. तसेच राज्यसंस्थेच्या उदयाबरोबर पूर्वीची लोकशाही व्यवस्था आणि सुबत्ता नष्ट झाली असेही ते सांगतात.

भारतातील मूळचे रहिवासी दस्यू, आस्तिक, अहिर, असूर, उग्र, पिशाच, मातंग इ. लोक होत व त्यांचा पराभव करून इराणातून आलेले आर्य येथे सर्वसत्ताधीश झाले असा त्यांचा प्रसिद्ध सिद्धांतही याच प्रकरणात प्रकट झाला आहे. धनुष्यबाणाच्या शोधामुळेच त्यांना येथील सत्ता मिळू शकली असेही त्यांनी म्हटले आहे. नरसिंह, परशुराम इ. आर्य क्षत्रियांनी प्रल्हाद, बळी इ. स्थानिक राजांचा पराभव केला. व त्यामुळेच या देशावर त्यांच्या वंशजांचे राज्य प्रस्थापित झाले. पुढे त्यातूनच पेशवाईचा उदय झाला असेही त्यांनी म्हटले आहे.

भारतामध्ये आर्यअनार्यांचा संघर्ष अनेक वर्ष घडत राहिला हे त्यांच्या समग्र वाङ्मयातील एक प्रमुख सूत्र आहे. हे सूत्र त्यांनी अधिक विस्ताराने त्यांच्या 'गुलामगिरी' या ग्रंथातून मांडले आहे. त्याचा येथे केवळ संदर्भ तेवढा येतो. या संदर्भात प्रस्तुत संपादकांचा 'जोतिपर्व' हा ग्रंथ अधिक माहितीसाठी पहावा.

बाहेरून आलेल्या आर्यांनी सत्ता टिकविण्यासाठी येथील एतद्देशियांसाठी कडक कायदे केले व त्यातूनच त्यांच्या शोषणाला प्रारंभ झाला. हे सर्व कायदे पुरोहितांच्या फायद्याचे आणि सामान्यांच्या शोषणाचे कसे होते हेही त्यांनी सप्रमाण सांगितले आहे. धर्मग्रंथही शोषणास मदत करणारेच आहेत असेही त्यांनी सांगितले आहे.

म. फुले यांची गद्यशैली कशी काव्यात्म रूप धारण करू शकते याचे अतिशय प्रत्ययकारी उदाहरण या प्रकरणाच्या प्रारंभीच आपणास दिसते. विशेषतः मानव जातीच्या प्रारंभीची त्यांची वर्णने अतिशय काव्यात्म आहेत.

जुगाल	-	युगुल, जोडी.
झुत्र्या	-	छोटी छोटी झुडपे.
खोंगळ्या	-	लहान खड्डे.
जुरत	-	आवश्यकता.
चौगर्दा	-	भोवताली.
लागी लागणे	-	मार्गी लागणे.
लोथी पडणे	-	नष्ट होऊन पडणे.
डाळ मळू देणे	-	दाळ शिजू देणे.
हेळणा	-	टवाळी.
मजलीश	-	शेवटचे टोक.
भालेराई होणे	-	युद्ध होणे, बेबंदशाही.
कोडबुळे	-	बडबोळे, मिश्रण.
महामूर	-	भरपूर.
हूल दाखविणे	-	दिशाभूल करणे.
जतणूक	-	जपणूक.
जितराब	-	शेतातील उभे पीक.
नाकास नळ येणे	-	नाकी नऊ येणे.
मगरूर	-	उद्धट.
बुरदंडा	-	अधिकचा कर अथवा दंड.
शिमगा करणे	-	दु:ख करणे.
चोंबडे	-	लोचट.
चारट	-	छकडा, गाडी.
इंगा	-	त्रास.
झटे घेणे	-	त्रास सहन करणे, झगडणे.
डहुरा	-	पिण्याच्या पाण्यासाठी खोदलेला खड्डा.

☆☆

प्रकरण ४

तत्कालीन शेतकऱ्याच्या दु:स्थितीचे अतिशय सूक्ष्म वर्णन या प्रकरणामधून आले आहे. बारीक सारीक तपशीलातून तत्कालीन शेतकऱ्याच्या घरादाराचे, जगण्याचे एखाद्या कादंबरीसारखे साक्षात चित्रण येथे येऊन जाते

तसेच शेतकऱ्यांवर केल्या जाणाऱ्या आरोपांचेही खंडन त्यांनी येथे केले आहे.

शेतकरी आपल्या मुलांच्या लग्नात खूप खर्च करून कर्जबाजारी होतात, असा आरोप त्याकाळी केला गेला होता. त्यावर ते म्हणतात की, शेतकऱ्याला लग्नाच्या वेळी त्याला बायकांसारखे दळताना आणि इतर कष्ट करताना कुणी पाहिले आहे का ? त्यांच्या जेवणात तुपाचा थेंब तरी असतो का ?

शेतकऱ्याची दुःस्थिती प्रकट करीत असताना त्याचे चहूबाजूंनी होणारे शोषण जसे ते सांगतात, त्याप्रमाणेच त्याच्यातील बहुपत्निवाची रूढी, बालविवाह इ. गोष्टींचा ही ते तीव्र शब्दात निषेधही करतात.

शासनाने त्यांच्या शिक्षणाची सोय केल्यास त्यांच्या समृद्धीचे मार्ग दिसू लागतील असेही त्यांना वाटते.

जोट	–	खांद्यावर टाकलेला जाडाभरडा रूमाल.
कुलपत	–	लंगडत.
आयब	–	दोष.
वलण	–	कपडे टाकावयासाठी लावलेली काठी, दांड.
बुरणूस	–	फाटके तुटके वस्त्र.
वारणे	–	भागविणे.
नांदण्याचे चांदणे होणे	–	संसार विस्कटणे.
बाळगे	–	जोंधळा.
कुरकूल	–	छोटी टोपली.
भानुशी	–	चुलीच्या मागील ओटा.
आवल	–	वैल. सवणे. चुलीच्या मागच्या बाजूस असणारे मोठे छिद्र ज्यातून जाळ येतो व पदार्थ शिजवता येतात. (छोट्या शेगडीसारखे असते.)
मागमुद्रा	–	अवशेष.
कीट	–	किटण.
सोकटा	–	चकमकीतून ठिणगी पाडण्यासाठीचा पोलादी तुकडा.
भंडाऱ्या	–	पेट्या.
तुळ्ई	–	कौलाच्या घराला सावरून धरणारी नाट.
मोळा	–	एक प्रकारचे गवत.
दोमदोम करणे	–	भीक मागत फिरणे.
कांभिरे	–	आढे आणि तुळ्ई यामध्ये असणारे नाट (लाकूड).
ओंमण	–	कौलाच्या खाली असणाऱ्या लाकडी रिफा.

घुला	-	सुरवंट कीटक.
तलखी	-	गरमी, उष्णता.
किरडी	-	तिरडी.
डोला मिरवणे	-	पालखी मिरवणे, हवे तसे करणे.
आयदी	-	आळशी.
लालपडून	-	गबर होऊन.
मग्रूर	-	उर्मट.
खळगूट	-	पातळशी भाजी.
फोकाट्या	-	लहान फांद्या.
टहाळे	-	डहाळे.
टिंगरे	-	तंगडे,
मोघून	-	पेरणी करून.
इस्ताऱ्या	-	पत्रावळी.
शिपतर	-	उथळ टोपली.
कुभांडे	-	कटकारस्थाने करणारे (कुंभाडचे अनेकवचन असेल तर कटकारस्थाने असा अर्थ होईल.)
चुरमा	-	कणकेमध्ये तूप साखर घालून केलेले लाडू.
फाके	-	उपवास.
तुंबड्या भरणे	-	स्वत:च्या ताटात ओढून घेणे.
मिजाज	-	प्रकृती.
ताजीमतवाजा	-	मानसन्मान, थाटमाट.
कुंदी निघणे	-	बेदम मारहाण.
धगडी	-	ठेवलेल्या.
मुरळी	-	देवाच्या नावे सोडलेली स्त्री.
छाकटा	-	छानछोकी करणारा.
हाळ्यापाळ्या	-	एकानंतर एक सातत्याने केली जाणारी कामे.
कथाड्या	-	कथा सांगणारा.
मेहरनजर	-	कृपा.
नाळपडी घोडी	-	जिच्या पाठीवर जखमा झाल्या आहेत अशी.
पाणई	-	मोठा रांजण जमिनीत पुरून पाणी साठविले जाते ते.
वूलवड	-	हुडा.

कण्हेरीच्या मुळ्या   - या मुळ्या विषारी असतात व आत्महत्त्येसाठी
                                वापरले जातात.

देवळी   - कोनाडा.

☆☆

प्रकरण ५

येथपर्यंत म. फुले यांनी शेतकऱ्यांचे चहूदिशांनी होणारे शोषण, पुरोहित वर्गाकडून होणारा त्यांचा छळ, धर्मग्रंथाचा मतलबीपणा आणि त्याच्या दारिद्र्याचे अतिशय प्रभावी चित्रण केले आहे. या देशात झालेल्या वर्णसंघर्षाचा आणि त्यातून शूद्रतिशूद्रांना आलेल्या गुलामीचाही निर्देश केला आहे. या शोषणातून, गुलामीतून शेतकऱ्यांची सुटका केवळ विद्येमुळेच होऊ शकते हेही त्यांनी ठिकठिकाणी सांगितले आहे.

या प्रकरणामध्ये शेतकऱ्याची परिस्थिती सुधारावयाची असेल तर शेतीमध्ये सुधारणा केली पाहिजे असे सांगतात. शेतीला योग्य तो पाणीपुरवठा झाला पाहिजे, शेतकी शाळा काढल्या पाहिजेत, पिकांचे रक्षण केले पाहिजे, यंत्रांचा वापर करण्यास शिकविले पाहिजे, गोधनाचे रक्षण केले पाहिजे, बंधारे आणि ताली बांधल्या पाहिजेत, शेतकऱ्यांसाठी उत्तम डॉक्टर ठेवले पाहिजेत, शेतकरी जे नाचतमाशाच्यामागे धावतात त्यांना त्यापासून परावृत्त केले पाहिजे इ. अनेक उपाय सुचवितात. अर्थात पुरोहितांच्या तावडीतून शेतकऱ्यांची सुटका झाली पाहिजे हेही ते प्रारंभीच सांगतात.

इंग्रज अधिकाऱ्यांसंबंधी बोलताना त्यांची भाषा कशी तिखट होते, उपहास-उपरोधाने कशी अर्थपूर्ण होते याचा होते याचा प्रत्ययही या प्रकरणामध्ये येतो.

मजलीश - अवस्था.

तर्पण - दान.

निकस - निकृष्ट.

डामीस - गावठी बंदुका.

मुस्तकीम होणे - पक्की होणे.

या ग्रंथाच्या शेवटी दिलेली दोन्ही परिशिष्टे तत्कालीन समाजामध्ये रूतून बसलेल्या खोट्यानाट्या कल्पनांची जाणीव करून देणारी आहेत. पहिल्या परिशिष्टात ब्राह्मणांची बाजू घेऊन येणाऱ्या खासा मराठा माणसाबरोबरीचा संवाद आहे. त्यातून शेतकऱ्यांमधील अधिकारी नेमल्यास त्यांना चांगले दिवस येतील असे ते त्या 'खास मराठ्या'स पटवून देतात.

दुसऱ्या परिशिष्टात 'वाचाळ' कबीरपंथी शूद्र साधूबरोबर झालेला संवाद आहे. वेद-पुराणांना म. फुले खल्लड, बनावट ग्रंथ म्हणत आहेत, म्हणून तो त्यांच्याशी वाद घालावयास आला आहे. त्याच्याशी झालेले बोलणे वाचत असताना म. फुले यांची तर्कशुद्ध विचारसरणी, बुद्धिनिष्ठ दृष्टिकोण आणि रोकठोक प्रतिपादन यांचे प्रत्यंतर येते. ही दोन्ही परिशिष्टे 'शेतकऱ्याचा असूड' समजून घेण्याच्या दृष्टीने महत्त्वाची आहेत.

वारंगुळ्याने - आदलाबदल, आवश्यकतेप्रमाणे देणे-घेणे.

लुबरेपणा - लाचारी.

गाफली - गाफील.

☆

संदर्भ - टीपा

सयाजीराव गायकवाड (१८६३ ते १९३९) -
शोषित दलितांच्या उद्धाराची दृष्टी असणारे बडोदा नरेश. महाराष्ट्रातील सुधारकांशी जवळीकेचे नाते. दलितांच्या शिक्षणासाठी विशेष प्रयत्न. स्वातंत्र्य चळवळींना पाठिंबा.

सार्वजनिक सभेचे पुढारी जोशीबुवा
गणेश वासुदेव जोशी (१८२९-१८८०) -
हे सार्वजनिक काका म्हणून प्रसिद्धीस पावले. पर्वती देवस्थानच्या गैरकारभाराला आळा घालण्यासाठी त्यांनी सार्वजनिक सभेची स्थापना केली. या सभेच्यावतीने त्यांनी अनेक कामे केली. १९७७ च्या दुष्काळाच्या वेळी शेतकऱ्यांची गाऱ्हाणी सरकारच्या कानावर घालण्याचे काम केले. इतरही पुष्कळ कामे केली.

जॉर्ज वाशिंग्टन (१७३२-९९) -
अमेरिकेतील सामान्य शेतकरी कुटुंबात जन्म. अमेरिकन स्वातंत्र्य युद्धातील एक सेनानी आणि स्वतंत्र अमेरिकन संघराज्याचे पहिले अध्यक्ष.

दयाळू गव्हर्नर जनरल - लॉर्ड रिपन.

घाशीराम कोतवाल -
नाना फडणवीस यांच्या काळातील पुणे शहराचा कोतवाल. त्याने चोरीच्या आरोपावरून तेलंगी ब्राम्हणांना छोट्याशा कोठडीत कोंडून ठेवले, पैकी काही ब्राह्मण गुदमरून मेले. शेवटी पुण्याच्या ब्राह्मणांनी त्याला दगडांनी ठेचून मारला.

वासुदेव बळवंत फडके (१८४५-८३) -

ब्राह्मण, मांग, रामोशी, कोळी, महार, मुसलमान इ. लोकांना गोळा करून इंग्रज सरकारविरुद्ध बंड पुकारले. परंतु त्यात यश येऊ शकले नाही. त्याला पकडण्यात आले. जन्मठेपेची शिक्षा भोगत असतानाच मृत्यू.

मिस्तरीज ऑफ दि कोर्ट ऑफ लंडन -

ही कादंबरी जॉर्ज विल्यम मॅकार्थर रेनॉल्डस यांनी लिहिलेली आहे. १८१४ ते १८७९ हा त्याचा काळ. एकोणिसाव्या शतकातील लंडनमधील उच्च पदस्थांचे जगणे या कादंबरीतून रेखाटले आहे.

हंटर सर विल्यम विल्सन (१८४० -१९००) -

इंग्रज सरकारमधील मोठे अधिकारी. विपुल ग्रंथलेखन. १८८२-८३ मध्ये शिक्षण आयोगाचे अध्यक्ष म्हणून काम केले.

पारकर-थिओडर पार्कर (१८१०-६०) -

एकेश्वरवादी विचारवंत. खिश्चन धर्मातील भोंगळ कल्पनांना त्याने विरोध केला. अमेरिकेतील गुलामगिरी नष्ट करण्यासाठी प्रयत्न केले. 'लेटर टू द पीपल ऑफ युनायटेड स्टेटस्' हे त्याचे गुलामगिरीसंबंधीचे पुस्तक आहे. स्त्रियांच्या हक्कांचाही त्याने पुरस्कार केलेला होता.

राम्युलस आणि रीमस -

आईने टाकून दिलेले, लांडग्यांनी वाढविलेले जुळे भाऊ. राम्युलसने मोठे झाल्यावर रीमसला मारले आणि इ.स. पूर्व ७५३ मध्ये रोम शहर वसविले. तो रोमचा पहिला राजा मानला जातो.

डार्विन चार्लस रॉबर्ट (१८०९-८२) -

उत्क्रांतीवादाचा जनक. 'द ओरिजीन ऑफ स्पेसीज' या ग्रंथातून त्याने उत्क्रांतीवादाचा सिद्धांत मांडला. त्याचा हा सिद्धांत बायबलमधील (अगर कुठल्याही धर्मग्रंथातील) मानवाच्या उत्पत्तीसंबंधीच्या सिद्धांताच्या विरोधी असल्याने त्याच्या या सिद्धांताने खळबळ उडवून दिली.

झरक्सीस (इ.स.पूर्व ५१९-४५६) -
ग्रीसवर स्वारी करणारा पार्शिया किंवा इराणचा राजा.

हनीबॉल (इ.स. पूर्व २४७-१८३)
कार्थेजचा सेनापती. याने रोमवर हल्ला केला. परंतु रोमच्या सेनापतीने त्याची
रसद तोडून त्याला पराभूत केला.

ज्यूलियस सीझर (इ.स. पूर्व १०० ते ४४) -
रोमचा सेनापती, पुढे हुकूमशहा. शेवटी त्याचा खून त्याचा मित्र ब्रटस् यानेच
लोकशाहीच्या रक्षणासाठी केला.

शादावल - शाह दावल नामक पीर.

डॉ. फ्रँकलीन (१७०६-१७९०) -
बेंजामीन फ्रँकलीन अमेरिकेतील लेखक व शास्त्रज्ञ.

टॉमस पेन्स (१७३७-१८०९) -
थॉमस पेन. म. फुले यांच्या विचारविश्वावर परिणाम करणारा महत्त्वाचा
विचारवंत. 'कॉमन सेन्स', 'पब्लिक गुड' आणि 'द राईटस् ऑफ मॅन' ही त्याची महत्त्वाची
पुस्तके. मानवी हक्कांसंबंधीची भूमिका मांडणे हे त्याचे आयुष्यभराचे कार्य होते.

फॉसेट
फॉसेट हेन्री विल्यम (१८३३-८४) -
अपघातात दृष्टी गेल्याने अंधत्व आलेला केंब्रिज विद्यापीठातील अर्थशास्त्राचा
प्राध्यापक. भारताच्या दारिद्र्याबद्दल त्याला चिंता वाटत असे.

टेंपलसाहेब
टेंपल सर रिचर्ड (१८२६-१९०२) -
इस्ट इंडिया कंपनीतील महत्त्वाचा अधिकारी. काही काळ मुंबईचा गव्हर्नर
म्हणूनही काम केले.

ग्ल्याडस्टनसाहेब
ग्लॅडस्टन विल्यम एवर्ट (१८०९-१८९८) -

इंग्लंडमधील लिबरल पक्षाचा नेता. १८६८-९४ या काळात इंग्लंडचा चार वेळा पंतप्रधान.

मनुसंहिता -

मनुस्मृतीसच मनुसंहिता म्हटली जाते. इ. स. पूर्व दुसऱ्या शतकाच्या आसपास ही स्मृती लिहिली गेली असावी असे मानले जाते. भारतामध्ये इतर अनेक स्मृती निर्माण झालेल्या असल्या तरी भारतीय समाजजीवनावर सर्वाधिक प्रभाव फक्त मनुस्मृतीचाच पडलेला आहे. किंबहुना मनुस्मृती केवळ धर्मग्रंथ न राहता प्राचीन तसेच मध्ययुगीन भारताचा तो कायदाग्रंथ असल्याचे दिसते. चातुवर्ण्य व्यवस्था आणि आश्रम व्यवस्था यांच्यासंबंधीचे सविस्तर प्रतिपादन मनुस्मृतीमध्ये आहे. माणसाने आपापला धर्म पाळावा असेही त्यात म्हटले आहे. परिणामत: प्रत्येक वर्णाचा धर्म सांगताना ब्राह्मण, क्षत्रिय, वैश्य आणि शूद्र यांच्यासाठी वेगवेगळे नियम आणि कायदे सांगितले गेले आहेत. उदा. अस्पृश्यांची घरे गावाबाहेर असली पाहिजेत. त्यांना वेदांच्या अध्ययनाचा अधिकार नाही इ. ब्राह्मण, क्षत्रियांना मात्र पुष्कळच चांगले स्थान असले पाहिजे हेही मनुस्मृतीमधून मांडले गेले आहे. शिवाय वर्णसंकर न होऊ देणेही मनुस्मृतीस महत्त्वाचे वाटते. परिणामत: भारतीय समाज विविध जातीसमूहात विभागला गेला आणि मनुस्मृतीमुळे भारतीय समाजाचे विघटन होतच राहिले.

समाजातील उच्चवर्णीयांच्या हितसंबंधाचे रक्षण करणारी ही मनुसंहिता आहे आणि त्यामुळेच तो बनावट ग्रंथ आहे असे म. फुले पुन्हा पुन्हा सांगतात. त्यांच्या मते या समग्र वाङ्मयामध्ये वेद, मनुस्मृती आणि इतर धार्मिक वाङ्मय अस्पृश्यांना अधिकच गुलामीत लोटणारे आहे असे ते निक्षून सांगतात. किंबहुना भारतीय धार्मिक वाङ्मयाचे विशेषत: मनुस्मृतीचे इतके कठोरपणे परीक्षण करणारे म. फुले हे कदाचित् पहिलेच भारतीय समाजसुधारक असतील. पुढे डॉ. बाबासाहेब आंबेडकर यांनी तर मनुस्मृतीदहनाचाच कार्यक्रम केला.

शंकराचार्य (इ. स.चे ७-८ वे शतक)

आद्य शंकराचार्य -

बौद्ध, जैन आदि अवैदिक धर्मांचा प्रभाव वाढत असताना वैदिक धर्माचे पुनरुज्जीवन व संघटन करणारे प्रथम आचार्य. त्यांच्या विचारावर बौद्ध मताचा प्रभाव होता, असे म्हटले जाते. परंतु त्यांचे एकूण कार्य आणि तत्त्वज्ञान पाहता तसे दिसत नाही. ते कट्टर वैदिक धर्माचे पुरस्कर्ते होते. किंबहुना सातव्या आठव्या शतकानंतर वैदिक धर्माचा जो विकास झाला, त्यात जी व्यवस्था निर्माण झाली.

त्याचे कारणही आद्य शंकराचार्य यांचे तत्त्वज्ञान आणि कार्य होते. वैदिक धर्माचा प्रभाव भारतभर कायम राहावा यासाठी त्यांनी भारताच्या चार दिशांना चार मठ प्रस्थापित केले. शारदा, शृंगेरी, जगन्नाथपुरी आणि ज्योतिर्मठ अशी ती चार पीठे होत. याशिवाय सुमेरमठ आणि कांचीचे कामकोटिपीठ ही दोन्ही पीठे शंकराचार्यांनीच निर्माण केली आहेत, असे मानले जाते. कांचीचे पीठ हे त्यांच्या स्वत:साठी होते, असेही मानले जाते. याशिवाय इतरही अनेक उपपीठे त्यांनी निर्माण केली. या पीठांमधून वैदिक धर्माचे कार्य चालत असे. तसेच धर्मावर नियंत्रण ठेवण्याचेही कार्य चालत असे.

एकंदरीत वैदिक धर्माचे पुनरुज्जीवन, नियंत्रण आणि प्रतिष्ठा यासाठी त्यांनी कार्य केले. परिणामत: जैन, बौद्ध आदि अवैदिक धर्मांची पीछेहाट होत गेली. ब्राह्मणी धर्माचे वर्चस्व निर्माण करण्यात शंकराचार्यांचा मोठा वाटा आहे, असे म. फुले यांचे मत आहे.

त्यांनी विपुल लेखन केले आहे. बारा उपनिषदांवरील भाष्ये, ब्रम्हसूत्रभाष्य, गीताभाष्य ही त्यांची प्रमुख ग्रंथ निर्मिती. याशिवाय विपुल स्तोत्रे त्यांनी रचले आहे.

आद्य शंकराचार्य हे मूळचे केरळातील कालटी येथील. शिवगुरू या नंबुद्री ब्राह्मणाचे पोटी जन्म. सती हे आईचे नाव. शिवाच्या कृपेने हा पुत्र झाला असे मानले जाते. तरल बुद्धिमत्तेमुळे मलयाळम आणि संस्कृतमध्ये अल्पावधीत प्रावीण्य. पुढे भारतभर भ्रमण. हिमालयामध्ये भ्रमण. विविध विषयांचा अभ्यास. तज्ज्ञता. देशभरातील धर्मपंडितांशी वादविवाद आणि जय. शेवटी मंडणमिश्र आणि त्याच्या पत्नीशी वादविवाद. यात ते दोघेही पराभूत. संपूर्ण भारतभरात धर्मपंडित म्हणून मान्यता. मग वैदिक धर्माच्या प्रसार-प्रचाराचे कार्य. वयाच्या बत्तिसाव्या वर्षी निधन.

व्यंकटेश स्तोत्र -
हे अतिशय लोकप्रिय असे स्तोत्र काव्य कवी देवीदास याने लिहिले आहे. कवी देवीदास हा रामदासकालीन म्हणजे सतराव्या शतकातील कवी. ओघवती आणि साधी रचना हे त्याचे वैशिष्ट्य होय. "अन्नासाठी दाही दिशा । आम्हा फिरविशी जगदीशा ॥ कृपाळुवा परम पुरुषा ॥ करूणा तुज कैसी न ये ॥ ही त्यांची ओवी अतिशय लोकप्रिय आहे.

आपल्या या स्तोत्रामध्ये त्याने विष्णूचे शेषशायी रूप वर्णिले आहे.

मुकुंदराज, ज्ञानोबा, तुकाराम आणि रामदास -
मध्ययुगीन मराठी काव्यपरंपरेतील महत्त्वाचे कवी मुकुंदराज हे मराठीतील आद्य कवी मानले जातात. 'विवेकसिंधू' हा त्यांचा ग्रंथ. 'ज्ञानेश्वर' हे वारकरी संप्रदायाचे

प्रवर्तक कवी. 'ज्ञानेश्वरी' 'अमृतानुभव' हे त्यांचे महत्त्वाचे ग्रंथ. मुकुंदराज आणि ज्ञानेश्वर या दोन्ही कवींनी चातुर्वर्ण्य व्यवस्थेचा पुरस्कार केला असे म. फुले यांनी नोंदविले आहे. यासंबंधी त्यांनी अधिक विस्ताराने आणि सोदाहरण त्यांच्या 'सार्वजनिक सत्यधर्म' या ग्रंथात लिहिले आहे.

तुकाराम आणि रामदास हे शिवकालीन कवी. तुकारामांच्याबद्दल म. फुले यांना आदर असल्याचे दिसते. परंतु रामदासांनी मात्र तुकारामांना छत्रपती शिवाजी महाराजांच्याजवळ येऊ दिले नाही असेही म्हणतात.

वारकरी संप्रदायाबद्दलही म. फुले यांना जवळीक वाटत नसावी असे दिसते. 'असूड'च्या शेवटी कबीरपंथी साधूबद्दल लिहिताना ते त्याच्या पंढरपूर वाऱ्यांचा उल्लेख करतात.

कुराण -

मुस्लिमांचा धर्मग्रंथ. प्रत्यक्ष परमेश्वराने म. पैगंबर यांना हा ग्रंथ सांगितला असे मुस्लिम धर्मानुयायी मानतात. मूर्तीपूजेला विरोध आणि सर्व मानव समान आहेत ही इस्लामची महत्त्वाची धारणा आहे.

म. फुले यांना त्यामुळेच 'कुराण' हा ग्रंथ अधिक महत्त्वाचा वाटतो. तसेच कुराणाची भाषा अतिशय प्रभावी असून गद्यकाव्याच्या पातळीवर ती जाते असेही मानले जाते.

साधारणतः इ. स. ६३२ मध्ये या ग्रंथाला लिखित स्वरूप देण्यात आले असेही मानले जाते.

वराह, वामन, परशुराम -

भारतीय धर्मकल्पनेप्रमाणे हे परमेश्वराचे अवतार होत. परंतु म. फुले मात्र हे मानावयास तयार नाहीत. या अवतारांचा 'शेतकऱ्याचा असूड' मध्ये उल्लेख येत असला तरी या अवतार कल्पना म्हणजे वंशसंघर्षाच्या कहाण्या आहेत असे त्यांनी आपल्या 'गुलामगिरी' या पुस्तकात विस्ताराने सांगितले आहे. त्यांच्या इतिहासमीमांसेच्या दृष्टीने हे सर्वच अवतार म्हणजे आक्रमक आर्यांचे पूर्वज होत. त्यांनी इराणातून येऊन येथील मूळच्या रहिवाशांचा पराभव केला व येतील सत्ता हस्तगत केली. शिवाय पुराणे, मनुसंहिता इ. ग्रंथ निर्माण करून येथील बहुजनांची दयनीय अवस्था शतकानुशतके कशी राहील याचीच व्यवस्था केली असे म. फुले यांनी प्रतिपादिले आहे.

बळी -

म. फुले यांच्या एकूण मीमांसेत बळी राजाला अतिशय महत्त्व आहे. शेतकऱ्यांचा,

येथील सामान्य जनांचा तो राजा होता, म्हणूनच त्यास कपटाने वामनाने मारले असे त्यांनी प्रतिपादिले आहे.

बळी हा विरोचनाचा पुत्र. प्रल्हादाचा नातू. दैत्यांचा राजा. याला शंभर पुत्र होते. पैकी बाणासूर एक. बळीने स्वर्गच जिंकून घेतला तेव्हा सारे देव वेश पालटून पळून गेले. स्वर्गाच्या गादीवर बसविण्यासाठी त्याने आपल्या आजोबांना-प्रल्हादांना आणले. परंतु त्यांनी बळीलाच राज्य चालवावयास सांगितले. धर्माप्रमाणे राज्य चालविण्याचा उपदेश केला. परंतु देवांना त्रास दिल्यामुळे त्यांनी शाप दिला की, तुझा लवकरच नाश होईल.

इंद्राची संपत्ती नेत असताना ती समुद्रात पडली म्हणून समुद्रमंथन झाले. त्यात बळीचा सहभाग होताच. पूर्वी शुक्राचार्यांकडे संजीवनी असल्याने राक्षसांचा नेहमी विजय होई. परंतु आता देवांना अमृत प्राप्त झाले. पुढे देव, ब्राह्मण यांना अधिकच त्रास होऊ लागल्यामुळे ते सारे विष्णूला शरण गेले. नर्मदेच्या तीरावर बळीचा शेवटचा अश्वमेध यज्ञ चालू असताना विष्णू वामनरूपाने तेथे आला. बळीने त्याची पूजा केली. आणि काही तरी मागण्यास सांगितले. वामनाने तीन पावले ठेवण्यासाठी भूमी मागितली. दोन पावलात वामनाने पृथ्वी आणि आकाश व्यापिले. तेव्हा तिसरा पाय बळीने आपल्या डोक्यावर ठेवावयास सांगितला. हेच निमित्त साधून वामनाने त्यास पाताळात दडपून टाकले.

स्कंद पुराणानुसार कृतयुगापूर्वी कार्तिक शुद्ध प्रतिपदेला बळीने दान दिले म्हणून ही 'बालप्रतिपदा' म्हणून ओळखल जाईल असा वर वामनाने त्यास दिला. परंतु म. फुले मात्र या सर्व कथेचा वर्णसंघर्षाच्या अनुषंगाने अर्थ लावतात. म्हणूनच 'इडा पिडा टळो आणि बळीचे राज्य येवो' असे शेतकरी म्हणतात असेही त्यांनी 'गुलामगिरी' मध्ये म्हटले आहे.

मुहंमद पैगंबर (५७१ ते ६३२) -

इस्लाम धर्माचा संस्थापक. मक्का येथे कुरैश या अरब टोळीतील एका प्रतिष्ठित घराण्याचा जन्म. जन्मापूर्वी काही काळ आधी वडिलांचे निधन. पुढे बालवयातच आई आणि आजोबांचे निधन. काकांनी वाढविले. बालपणापासून नम्रता, प्रामाणिकपणासाठी प्रसिद्ध होते. विलक्षण बुद्धिमत्ता हेही त्यांचे वैशिष्ट्य होते.

भोवतीची अनीतिमान परिस्थिती पाहून ते हळूहळू संसारातून निवृत्त होऊ लागले. त्यातूनच ते हिराच्या डोंगरावरील गुहेत राहू लागले. तेथेच वयाच्या चाळीसाव्या वर्षी त्यांना परमेश्वरी आवाज ऐकायला मिळाला. येथून पुढे बावीस वर्षे परमेश्वराच्या आज्ञा त्यांना ऐकायला येत. आपण ऐकलेले ते आपल्या अनुयायांना

सांगत. यातूनच 'कुराण' सिद्ध झाला. एक नवा धर्म उदयाला आला. या धर्माप्रमाणे मुहंमद पैगंबर हे परमेश्वराचे शेवटचे प्रेषित होते.

मूर्तिपूजेचा निषेध, परमेश्वर एकच आहे, सामाजिक समता आणि वैयक्तिक जीवनातील चारित्र्यसंपन्नता ही इस्लामची मूलभूत तत्त्वे. तिच्या प्रसारासाठी त्यांना बराच संघर्ष करावा लागला. त्यांचा छळही झाला. परंतु आपल्या तत्त्वासाठी ते लढत राहिले.

अत्यंत साधेपणाने ते रहात. सर्व प्रकारच्या शोषणाला त्यांचा कायमच विरोध राहिलेला आहे असेही दिसेल.

स्वामी दयानंद सरस्वती -

स्वामी दयानंद सरस्वती यांचा उल्लेख वेदांवर पांडित्य करणारे स्वामी असा येतो.

सौराष्ट्रातील मोरवी येथील ब्राह्मण कुटुंबात जन्म. लग्न ठरताच पलायन आणि स्वामी विरजानंद यांच्या मार्गदर्शनाखाली धर्मशास्त्राचा अभ्यास. पुढे दयानंद हे नाव धारण करून (मूळ नाव मूळशंकर) आर्य समाजाची स्थापना केली (१९७५). स्वामी दयानंद वेदांना प्रमाण मानतात. परंतु जातिभेद त्यांना मान्य नाही. स्त्रीशिक्षणाला, विधवाविवाहाला त्यांचा पाठिंबा होता. १८७५ साली ते पुण्यास आले व त्यांनी व्याख्याने दिली. शेवटी त्यांची मिरवणूक काढण्यात आली, त्याप्रसंगी सनातन्यांनी त्यांची टवाळी करण्याच्या हेतूने गाढवाचीही मिरवणूक काढली. मिरवणूक व्यवस्थित व्हावी यासाठी संरक्षण दिले होते. 'सत्यार्थप्रकाश' हा आर्य समाजाचा महत्त्वाचा ग्रंथ स्वामी दयानंद यांनी लिहिला आहे.

म. फुले यांच्या काळात आर्य समाजाच्या आधीही आणखी काही समाज स्थापन झाले होते. ब्रह्मोसमाज, प्रार्थनासमाज, परमहंस सभा इ. आता त्यात आर्यसमाजाची भर पडली. परंतु म. फुले यांना हे कुठलेही समाज मान्य नव्हते. हे सर्व समाज मुळच्या जातिव्यवस्थेला धक्का लावू शकत नाहीत असे त्यांचे म्हणण होते. म्हणूनच या समाजातील लोकांनी महारामागांपैकी एखाद्याला तरी जवळ घेऊन मांडीला मांडी लावून एक तरी सभा भरविली आहे काय असा रोकठोक प्रश्न ते 'शेतकऱ्याचा असूड' मध्ये करतात. म्हणूनच त्यांना आर्यसमाजही कधी जवळचा वाटला नाही.

या सर्व समाजांचा अनुभव लक्षात घेऊन आयुष्याच्या उत्तरार्धत त्यांनी 'सत्यशोधक' समाजाची स्थापना केली होती. (२४ सप्टेंबर १८७३).

पंडिता रमाबाई (१८५८-१९२२) -

अनंतशास्त्री डोंगरे या संस्कृत पंडितांच्या या कन्या. स्वत: संस्कृतमध्ये

प्रावीण्य मिळविले. एकामागोमाग एक या क्रमाने घराण्यातील सर्व व्यक्ती कालवश झाल्या. पुढे शूद्र जातीत जन्मलेल्या बिहारीदास मेधावी या सदगृहस्थाबरोबर विवाह. परंतु दोन वर्षातच वैधव्य. एक कन्या घेऊन त्या पुण्यास आल्या त्यापूर्वीच त्यांना त्यांचे संस्कृत भाषेवरील प्रभुत्व पाहून 'पंडिता' हा किताब देण्यात आला होता. पुण्यात आल्यानंतर स्त्रियांसाठी त्यांनी आश्रम स्थापन केला. पुढे इंग्लडंला गेल्यानंतर ख्रिस्ती झाल्या. त्यांचे ख्रिस्ती होणे सनातन्यांनाच नव्हे तर सुधारकांनाही आवडले नव्हते. परंतु म. फुले मात्र हिंदू धर्मातील अन्यायकारक कायद्यांमुळेच हे घडले असे मानतात.

'स्त्री धर्मनीति', 'हाय कास्ट हिंदू वूमन', 'माझा अमेरिकेचा प्रवास' ही त्यांची बहुचर्चित पुस्तके होत. आपल्या आश्रमातील महिलास त्या ख्रिश्चन धर्माची शिकवण देतात, असा त्यांच्यावर आरोप होता.

★

म. फुले चरित्रपट

म. फुले चरित्रपट

जन्म - १८२७.

पंतोजीच्या मराठी शाळेत शिक्षण - १८३४-३८.

झगडेपाटील यांच्या कन्येशी विवाह - १८४०.

मिशनरी शाळेतील माध्यमिक इंग्रजी शिक्षण १८४१-४७.

टॉमस पेनकृत 'राइट्स ऑफ मॅन' या ग्रंथाचे मनन - १८४७.

उच्चवर्णीय लग्नाच्या मिरवणुकीत अपमान - १८४८.

शूद्रातिशूद्रांच्या मुलींसाठी शाळा - १८४८.

वरील कारणामुळे वडिलांशी मतभेद व गृहत्याग - १८४९.

चिपळूणकरांच्या वाड्यातील व रास्तापेठेतील मुलींच्या शाळेची स्थापना - १८५१.

मे. कॅंडी यांच्या अध्यक्षतेखाली शिक्षणकार्याबद्दल विद्याखात्याकडून सत्कार - १६ नोव्हेंबर १८५२.

'तृतीयरत्न' नाटकाचे लेखन - १८५५.

रात्रीच्या शाळेची स्थापना - १८५५.

मारेकऱ्यांकडून हत्येचा प्रयत्न - १८५६.

विधवा पुनर्विवाहास सहाय्य - १८६०.

बालहत्या प्रतिबंधगृहाची स्थापना - १८६३.

वडील गोविंदराव यांचा मृत्यू १८६८.

घरचा हौद अस्पृश्यांसाठी खुला करणे १८६८.

'गुलामगिरी'चे लेखन - १८७३.

सत्यशोधक समाजाची स्थापना - २४ सप्टेंबर १८७३.

दयानंद सरस्वतीची मिरवणूक १८७५.

पुणे सत्यशोधक समाजाचा निबंध व वक्तृत्व समारंभ - १२ एप्रिल १८७७

दुष्काळविषयक विनंतीपत्र - १७ मे १८७७.

हंटर शिक्षण आयोगापुढे सादर केलेले निवेदन - १९ ऑक्टोबर १८८२.

'शेतकऱ्याचा असूड' चे लेखन - १८ जुलै १८८३.

मराठी ग्रंथकार सभेस पत्र - ११ जून १८८५.

जनतेकडून सत्कार व 'महात्मा' ही पदवी अर्पण - ११ मे १८८८.

'सार्वजनिक सत्यधर्म' या ग्रंथाचे लेखन - १ एप्रिल १८८९.

मृत्यू- २८ नोव्हें. १८९०.

दलित-पददलित कष्टकऱ्यांच्या जीवनाचा गांभीर्यापूर्ण व
विनोदीशैलीतून वेध घेणाऱ्या साध्या, सरळ व सोप्या भाषेतील
वैविध्यपूर्ण व गमतीदार कथा

ईगीन

महादेव मोरे

महादेव मोरे यांच्या 'ईगीन' या नव्या संग्रहातील कथा समाजाच्या
तळागाळातील लोकांचे जीवन अधोरेखित करतात. काही गंभीर, तर
काही गमतीदार अशा त्या कथा आहेत. मूठभर पांढरपेशांच्या सीमित
जगाबाहेर दलित-पददलितांचे, कष्टकऱ्यांचे एक विशाल जग आहे, तर
ह्याच जगातील लोकांच्या हर्ष-खेदाच्या, व्यथा-विवंचनांच्या ह्या कथा
आहेत. विषय वैविध्य हे ह्या कथांचे वैशिष्ट्य आहे. रानामाळात
मजुरांसह घाम गाळणे, मोटार वर्कशॉपमध्ये काम करणे, टॅक्सी
ड्रायव्हिंग करणे, पिठाच्या गिरणीत राबणे व आदी विविध कष्टाची कामे
करीत आयुष्य घालविलेल्या लेखकाला आपल्या खडतर जीवनप्रवाहात
जी कथाबीजं हाती लागली ती पूर्ण नजाकतीसह त्याने इथे फुलविलेली
आढळतात. वाचनीयतेच्या अंगाने जाणाऱ्या ह्या कथा केवळ रंजकच
नाहीत तर त्यापलीकडे जाऊन त्या आपला सकस व दर्जेदारपणाही
सिद्ध करतात. वाचकाला गुंगविणाऱ्या, विचार करायला लावणाऱ्या व
काही वेळा त्याच्या गालांवर स्मितहास्याची रेषा फुलविणाऱ्या ह्या
कथांनी मराठी कथेचे दालन समृद्ध केले आहे. मराठी सीमा भागातील
मातीचा गंध घेऊन आलेली खास भाषा व तीतून उमटलेली ठसठशीत
व्यक्तिचित्रे हेही ह्या कथांचे सामर्थ्य आहे. उपमा, अलंकार, प्रतिमा
आदींच्या जंजाळात न अडकता साध्या, सरळ व प्रवाही निवेदनशैलीने
वाचकाला शेवटपर्यंत बांधून ठेवण्याचे लेखकाचे कसबही दाद
देण्यासारखे आहे.

भटक्या जमातीची दु:खे, त्यांच्या व्यथा, वेदना, स्त्रियांचे पशुतुल्य जीवन, त्यांच्या रूढी, परंपरा, चालीरीती, अंधश्रद्धा, अशिक्षितपणा याविषयीचा सत्य वृत्तान्त सांगणारी कथा.

गाबाळ

दादासाहेब मल्हारी मोरे

मानव समाजातीलच एक घटक, ज्याला स्वत:चे असे अस्तित्व नाही अशा घटकाचे- 'कुडमोडे जोशी' या जातीचे- जीवन विस्तारित स्वरूपात येथे आले आहे. या पुस्तकातील प्रत्येक पात्र आज या सत्य परिस्थितीला तोंड देत आहे. भटक्या जमातीची दु:खे, त्यांच्या व्यथा, वेदना, स्त्रियांचे पशुतुल्य जीवन, त्यांच्या रूढी, परंपरा, चालीरीती, अंधश्रद्धा, अशिक्षितपणा याविषयीचा सत्य वृत्तान्त यात सादर केला गेला आहे.

www.ingramcontent.com/pod-product-compliance
Lightning Source LLC
Chambersburg PA
CBHW071201130726
47998CB00002B/561